AF741531

ഉടലഴിക്കുമ്പോൾ

INSIGHT PUBLICA

Nadakkavu, Kozhikode, Kerala, 673011
www.insightpublica.com
e-mail: insightpublica@gmail.com
Title: **Udalazhikkumpol**
Author: **Azad**
(Malayalam Poem)
Art: **Sajitha R Shankar, Gaya Hadiya**
Cover: **Sajitha R Shankar**
First Edition: February 2022

Printed and Published by
InsightinPublica Printers & Publishers Pvt. Ltd.
ISBN 978-93-5517-026-2

ഉടലഴിക്കുമ്പോൾ

ആസാദ്

വര: സജിത ആർ ശങ്കർ, ഗയ ഹദിയ
വായന: കെ ഇ എൻ
പഠനം: പി. എം. ഗിരീഷ്

INSIGHT PUBLICA®

തേഞ്ഞിപ്പലത്ത് ജനനം. അച്ഛൻ സി കെ മാധവൻ, അമ്മ: ആർ പി പത്മിനി.

പ്രതിബോധത്തിന്റെ പാഠങ്ങൾ, വാക്കും പ്രത്യയശാസ്ത്രവും, വായനയിലെ വർഗസമരം, മലയാളനോവൽ പാഠവും ഘടനയും എന്നീ സാഹിത്യ വിമർശനങ്ങളും കാറൽ മാർക്സും ഫാന്റസി പാർക്കും, ഉദാരതയുടെ ഉറവുകൾ, മാർക്സിസവും സ്വത്വരാഷ്ട്രീയവും, ഉപജാപക സാമ്രാജ്യത്വം (എഡി.) എന്നീ രാഷ്ട്രീയ വിമർശനങ്ങളും സൂക്ഷ്മം സർഗാത്മകം എന്ന ബ്ലോഗെഴുത്തുകളുടെ സമാഹാരവുമാണ് പ്രധാന കൃതികൾ.

ഭാര്യ ചാരുലത. മകൾ ഗയഹദിയ

ഫോൺ : 9847045128
E Mail : drazadrp@gmail.com
Web: www.azadonline.in

ആസാദ്

സമീപകാലത്ത് എഴുതിയ കവിതകളുടെ സമാഹാരമാണ് ഉടലഴിക്കുമ്പോൾ. കവിത എന്നിൽ എങ്ങനെയാണ് പ്രവർത്തിക്കുന്നതെന്ന് എനിക്ക് വ്യക്തതയില്ല. അജ്ഞാതവുമായുള്ള അഭിമുഖമാണത്. ഒരു മറുപുറത്തോടുള്ള കലഹമോ പ്രണയമോ ആണെന്നു വരാം. അകത്ത് എവിടെനിന്നൊക്കെയോ എന്തൊക്കെയോ പൊന്തിവരുന്നു. സാമൂഹിക സംഘർഷങ്ങളിൽ ഉള്ളിലടിഞ്ഞുകൂടിയ സൂക്ഷ്മശേഷിപ്പുകളാവണം അവ. എന്റെ വേറിട്ട ആനന്ദങ്ങളും അതൃപ്തികളും അവയിൽ കലരുന്നുമുണ്ടാവണം.

സ്കൂൾ വിദ്യാർത്ഥിയായിരിക്കെ തുടങ്ങിയതാണ് വായനയും എഴുത്തും. ഒരു പതിറ്റാണ്ടിലേറെ കാലം കവിതകൾ എഴുതിയിരുന്നു. കുറെയൊക്കെ ദേശാഭിമാനിയിലും മറ്റും പ്രസിദ്ധീകരിച്ചു വന്നിട്ടുമുണ്ട്. പുസ്തകരൂപത്തിൽ വരാനുള്ള പാകം അവയ്ക്കില്ലെന്നു കരുതി അതിനു മുതിർന്നില്ല. ഇപ്പോഴാവട്ടെ, ഈ സമാഹാരത്തിലെ കവിതകൾ ഏതോ ഒരദൃശ്യചങ്ങലയിൽ കണ്ണികളാണെന്ന്, വിട്ടതെന്തോ അതു പൂരിപ്പിക്കുന്നുവെന്ന് എനിക്കു തോന്നുന്നു. അതിനാൽ പുസ്തകമായി പ്രകാശിപ്പിക്കുന്നു.

കവിതകളുടെ ആദ്യവായനയിൽതന്നെ ഒപ്പംപോന്ന ആത്മബന്ധങ്ങൾ ഈ സമാഹാരത്തിൽ കൂട്ടിരിക്കുന്നുണ്ട്. ചിത്രങ്ങളുമായി സജിതയും ഗയയും. വായനയുടെ അനുഭവമെഴുതി കെ ഇ എൻ. പഠനവുമായി ഗിരീഷ്. പ്രസിദ്ധ ചിത്രകാരിയായ സജിത ആർ ശങ്കർ, ആൾട്ടർബോഡീസ് പരമ്പരയിലെ ശ്രദ്ധേയമായ ഒരു പെയിന്റിംഗ് പുസ്തകത്തിന്റെ കവറിലേക്കു തന്നു. കവിതകളിലേക്കുള്ള വരവഴികൾ തുറന്നു തരികയും ചെയ്തു. മൂന്നു പതിറ്റാണ്ടിലേറെ നീണ്ട സൗഹൃദമാണ് സജിതയുമായുള്ളത്. കവിതകളും ചിത്രങ്ങളും ചേർന്നിരിക്കുന്നത് ആ ഉൾപ്പൊരുത്തത്തിലുമാവണം. അവർക്ക് എന്റെ സന്തോഷവും

നന്ദിയും. ഗയ എന്റെയും ചാരുലതയുടെയും മകളാണ്. ഗയയുടെ ചിത്രങ്ങൾ എന്റെ ആനന്ദം.

കവിതകളുടെ ആദ്യവായന കെ ഇ എൻ നടത്തുന്നു. എൺപതുകളുടെ ആദ്യം മുതൽ യോജിച്ചും വിയോജിച്ചും അടുത്തും അകന്നും തുടരുന്ന ഒരു സൗഹൃദത്തിന്റെ അവകാശമാണത്. യോജിക്കാനും വിയോജിക്കാനും ഒട്ടും മടിയില്ലാത്ത അടുപ്പം ചിലപ്പോഴൊക്കെ വേദനാകരമാണെങ്കിലും ആഹ്ലാദകരമാണ്. കവിതകളുടെ പുസ്തകം കെ ഇ എൻകൂടിയുള്ളതാണെന്നത് എന്നെ ഏറെ സന്തോഷിപ്പിക്കുന്നു.

പഠനമെഴുതിയത് പി എം ഗിരീഷാണ്. ധൈഷണികഭാഷാശാസ്ത്രത്തെ മലയാളിക്കു പരിചയപ്പെടുത്തിയ ഗിരീഷ് വിമർശനാത്മക അപഗ്രഥനരീതിയുടെ പുതിയ വഴികളാണ് തുറന്നത്. വേറിട്ട വിചാര വിശകലന സമ്പ്രദായങ്ങളിലൂടെ ശ്രദ്ധേയനായ ഗിരീഷിന്റെ പഠനം എനിക്കു പുരസ്കാരതുല്യമാണ്. അഭിമാനവും ആത്മവിശ്വാസവും നൽകുന്ന എന്തോ ഒരൊഴുക്ക് അതെന്നിലേക്കു തുറന്നുവിടുന്നു. ഗിരീഷിന് സ്നേഹാശ്ലേഷം.

കവിതയിലേക്ക് എന്നെ പ്രചോദിപ്പിച്ച അച്ഛനും ഞാൻ എഴുതുന്നതെന്തും വായിക്കാൻ ധൃതിപ്പെട്ട അമ്മയും വിട്ടുപോയത് ഈയിടെയാണ്. ആഴ്ച്ചകളുടെ ഇടവേളയിലാണ് രണ്ടുപേരും മറഞ്ഞത്. 'വേവും' 'അസ്തമയ'വും ആ അനുഭവമാണ്. അമ്മയ്ക്കും അച്ഛനുമുള്ള സമർപ്പണമാണ് ഈ പുസ്തകം. തുടക്കംമുതൽ എന്റെ എഴുത്തുകളെ ചിട്ടപ്പെടുത്താൻ സഹായിച്ച രണ്ടു പേരുണ്ട്. അപ്പുക്കുട്ടൻ വള്ളിക്കുന്നും സിദ്ധാർത്ഥൻ പരുത്തിക്കാടും. അവർക്കു സ്നേഹവും നന്ദിയും.

കവിതകൾ വായിച്ച് ധൈര്യം പകർന്ന കുറച്ചു സുഹൃത്തുക്കളുണ്ട്. പുസ്തകത്തിലേക്ക് പ്രേരിപ്പിച്ചവർ. ദേവേശൻ പേരൂർ, ദീപക് നാരായണൻ, ശ്രീജിത് അരിയല്ലൂർ, കെ വി തോമസ്, എ നുജും, എൽ. തോമസ് കുട്ടി, അഭിജിത് ബോസ്, മുസ്തഫ, അജയൻ, സുജ, സുരേഷ് ബാബു, സബിത, സൂരജ് തുടങ്ങിയവർ.

എപ്പോഴും ഒപ്പമുണ്ടായിരുന്നു സുമേഷും നസീമയും. പ്രസാധകരെന്ന വിലാസം കൈയേൽക്കുന്നതിനു മുമ്പേ അവർ ഒപ്പമുണ്ട്. എന്റെ പുസ്തകങ്ങൾ സാദ്ധ്യമാക്കുന്നത് അവരാണ്. വിജേഷിന്റെ ലേ ഔട്ട് ഡിസൈനിംഗ് വൈഭവവും സ്നേഹപൂർവ്വം മതിയ്ക്കുന്നു.

ആസാദ്

ഉള്ളടക്കം

കവിതകൾ

വായന

പഠനം

മഴ തോരുമ്പോൾ

മഴ തോർന്നിട്ടും
മഴ ചിന്നുന്നു
കുഞ്ഞു പ്രാണികളുടെ
കുളിർമഴ.

എന്തൊരു മഴയിതു
പൊരുളനന്തം
താളബദ്ധം, ദീർഘം
കുഞ്ഞാൽമഴ.

മാവുമഴ, പ്ലാ
മഴ, യിറ്റിത്തീരാ
നെല്ലിമഴ, മേളംകൂട്ടു
മിലഞ്ഞിമഴ

പേരറിയാമര
ത്തൈകളും ചെറു
മഴച്ചാറ്റലിൽ
തെഴുക്കുന്നു.

മഴപ്പേച്ചെത്ര
വിചിത്രം നാ

മോരോ മഴയില്ല-
മിറങ്ങുന്നു.

മഴമഹാകാവ്യ
മെങ്ങിരിക്കുന്നു?
മഹാകാശ
മേഘങ്ങളെങ്ങ്?

ഇടിവെട്ടിയ-
യുൾക്കാതിൻ
പിടപ്പെങ്ങ്, കൺ
മിന്നൽത്തെളിയെങ്ങ്?

കീടാവതാരത്തിനു
മഴക്കാലമേ-
തരുമരപ്പെയ്ത്തിൻ
തരളതാളം.

എത്രയുൾക്കളിരാണു
പച്ചക്കുമിളകൾ
പാടിത്തിമർക്കു-
മുത്സാഹം.

ക്ലബ്ഹൗസിലൊരാൽ
എഫ്ബിയിൽ
മാത്തെ, പ്ലാവുണ്ടാം
വാട്സപ്പിൽ.

പേരറിയാ മരങ്ങൾ
ക്കാവാം സൂമോ
ഗ്ലൂഗിളോ, കാണാ
ത്താളുകളനേകം.

മഴനിരൂപകരേ
മരത്തൈകളിൽ
മഴമുളപ്പിക്കണേ

പെയ്യിക്കണേ!
കർക്കിടകമല്ലേ
വറുതി തീരട്ടെ
മഹാകാവ്യം പെയ്ത്
പലതാവട്ടെ!

വലുതാവണമാൽ
ത്തൈ, മറ്റു ചെടികളും
മഴപെയ്യിക്കണം മഹാ
വൃക്ഷപരമ്പര.

തോർന്ന മഴയെന്നും
മഹാഖ്യാനം,
വന്നാട്ടുന്നതാ,രുഴവു
ചാൽവരകളെ.

പൊഴിയുന്നില്ല
ക്ഷുബ്ധ താരുണ്യം.
മരം കോതിയ ഭയ
നാരുകളേയുള്ളൂ.

എങ്കിലും ഭയക്കണ
മകാലത്തുണ്ടാം
മേഘസ്ഫോടന,
മുരുൾപൊട്ടൽ.

മരത്തൈകൾ
നെയ്യുമിഴകളിൽ
കാണുമുൾസ്ഫോടകം
മഴപ്പൊരുൾ.

അതുതെളിയെ
ത്തെളിയെ നാമൂറാം
പുറന്തോടു പിളർക്കുന്ന
ധാന്യക്കുതിപ്പിൽ..

■

വാസ്തവം

എനിക്കിനി ഒന്നും പറയാനില്ല.
അത്രയേറെ പറഞ്ഞുകഴിഞ്ഞു.

വെള്ളത്തിലെ വര
മാഞ്ഞു പോയിരിക്കുന്നു.
അതിലൂടെ ഒരു മീൻ
ചാടിച്ചാടി കടന്നുപോയി.
ഞാൻ വരച്ച വര
മീനായിക്കാണുമോ?
അത്തു കുഞ്ഞുങ്ങളുടെ
കൗശലത്തിൽ കുരുങ്ങുമോ?
കീറിനോക്കുമ്പോളെന്റെ
വാസ്തവം നാണിക്കുമോ?

വരച്ചത് വാസ്തവം.
നുരഞ്ഞത് നുണ.
വരച്ച വിരലിൽ നനവുണ്ട്.
സത്യത്തിന്റെ പശക്കറ.
വീണ്ടും വീണ്ടും നോക്കുമ്പോൾ
നുണചുരന്ന മുറിപ്പാട്.

മീൻ ചട്ടിയിലെത്തുവോളം
കുട്ടികളുടെ പിറകേ പോയി.
വാസ്തവത്തിന്റെ വര
വെള്ളപ്പുറത്ത് കണ്ടുവോ?
പിടിച്ച മീനിന്റെ വയറിൽ
അതു ചുരുണ്ടു കിടന്നുവോ?
ഓർമ്മിപ്പിക്കുന്ന മോതിരം പോലെ
അതു പരിഭ്രമിപ്പിച്ചുവോ?
ഞാൻ പറഞ്ഞതെല്ലാം
അതിന്റെ ചിപ്പിൽ കിടന്നുവോ?

വെള്ളത്തിലെ വര
മാഞ്ഞു പോയിരുന്നല്ലോ.
അതിനു മീതെ ഒരു മീൻ
നൃത്തംവെച്ചുവല്ലോ.
അതിന്റെ നൃത്തത്തിൽ
വെള്ളമല്ലേ മാഞ്ഞുപോയത്?
വര മാത്രമല്ലേ ബാക്കിയായത്?

ഞാനിനി എന്തു പറയാനാണ്?
എല്ലാം എന്നേ പറഞ്ഞുകഴിഞ്ഞില്ലേ?
■

ആശ്ലേഷം

വെളുത്ത രാവിൽ ഞാ
നമർത്തിപ്പുണരുന്നു
കരിക്കറുപ്പിനെ.
പകൽ കടഞ്ഞതാം
കറുത്ത വെണ്ണയെ.
നിലാവു ചുംബിക്കും
കരിമിനുപ്പിനെ.
വിളർത്ത രാത്രിയിൽ
മുറുക്കമാശ്ലേഷ
മകക്കറുപ്പിനെ.

ഉരിഞ്ഞുമാറ്റുവാൻ
ഭയന്നൊരുണ്മയെ.
തണുപ്പിലും തിളയ്ക്കു
മുടൽവിയർപ്പിനെ.
ഉതിർന്ന താരകൾ
കനലണിയിക്കും
കളക്കറുപ്പിനെ.

ഉടലുരച്ചഗ്നി
തെറിക്കുന്ന പൂണ്മയെ.

ഉലയിലേക്കുരുകി
യുറയും സത്തയെ.

കറുത്ത രാവിൽ ഞാ
നടർത്തിമാറ്റുന്നൂ
തനിവെളുപ്പിനെ.
ഇരുൾസ്രവത്തിന്റെ
വെളുത്ത പാടയെ.
വെറുത്ത നാളിന്റെ
വിജയചന്ദ്രനെ.

■

ഒറ്റ

അവനോളം ഒറ്റയല്ല
കാണായ ഒറ്റയൊന്നും
വീർത്തുപൊട്ടീ പോളകൾ
ഒറ്റക്കൊമ്പിന്നുറ്റമറ്റു.
വേരിലേക്കു താഴ്ന്നുപോയീ
മുളപൊട്ടാ നാമെല്ലാം.

നനവു പറ്റി കൺ മിഴിച്ചു
കാറ്റെടുത്തു വീശിയിട്ടു
പ്രളയവാരിയിലിലയായി
ഇലക്കുമേലേ മുളന്തണ്ട്
ശബ്ദമായോ വെളിച്ചമായോ
ഒറ്റജീവൻ മാഞ്ഞു പോയീ?

ഒറ്റയിൽ വിങ്ങി നിന്നു
ഒറ്റയല്ലാത്തരങ്ങളെല്ലാം
ഞാനെന്നു തുടങ്ങുമ്പോൾ
ഞങ്ങളല്ലേ വീർപ്പിട്ടു
ചുവടുവെച്ചു തുടങ്ങുമ്പോൾ
പ്രകടനങ്ങൾ പുറപ്പെട്ടു

ഒറ്റയല്ലാ ചിതറലിലെല്ലാം
ഒറ്റയാനേ ചീറി നിന്നു
ഞങ്ങളെന്നു പറഞ്ഞപ്പോൾ
ഞാനല്ലേ പൊങ്ങി നിന്നു?
ജനപഥങ്ങൾ പിളർന്ന ജാഥ
രണ്ടുകാലിൽ ചുറ്റി നിന്നു!

ഒറ്റഘോഷത്തിമർപ്പാണ്
ആൾക്കുട്ട കലപിലകൾ
സാരമായ പ്രഭാഷണങ്ങൾ
വീറുപൊട്ടിയ കലഹങ്ങൾ
അവളിലേക്കു മാത്രമായ
ചാടിത്തുള്ളിയ ഉടലേറ്റം.

ഒച്ചയില്ലാതൊറ്റയുണ്ടോ?
ഭാരമില്ലാതൊറ്റയുണ്ടോ?
കണ്ടു നിൽക്കേ കണ്ടില്ലെന്ന്
കേട്ടു നിൽക്കേ കേട്ടില്ലെന്ന്
ഒറ്റയാവാൻ പോര നാമി
ന്നൊറ്റയെന്ന ചൂണ്ടും വാക്ക്.

അവനോളം ഒറ്റയല്ല
കാണായ ഒറ്റയൊന്നും.
ഉച്ചരിച്ച വാക്കെല്ലാം
പൊടുന്നനെ വളഞ്ഞു വെച്ചു.
വാക്കിലാളിയ വീറെല്ലാം
അവനെരിയാൻ ചിതയായി.

അവനെഴുതിയ കാവ്യങ്ങൾ
അവനെ തീയിട്ടു കൊന്നു.
അവൻ വെച്ച തണലിൻമീതെ
ശിഖരങ്ങളിടിഞ്ഞു വീണു.
അവനൊറ്റയായപ്പോൾ
ഒറ്റയ്ക്കുടയാളമുണ്ടായി.
■

മെതിയടിപ്പക

മുറിയിലൊറ്റയ്ക്കിരിക്കെ
മൂലയിൽ വിചിത്രമൊരു
മെതിയടിച്ചിത്രം!
അതിവിടെയുണ്ടായിരുന്നുവോ?

മെതിയടിത്തിരുവടികൾ
ഇതിലേ നടന്നുപോയിരുന്നു.
ഒച്ചയിട്ടാട്ടിയിരുന്നു
വെറുംകാൽ പരിഷകളെ.

മുറ്റത്തേക്കിറങ്ങിയൊരു നിൽപ്പുണ്ട്.
ലോകം കുനിഞ്ഞു നമിക്കും.
നിൽപ്പിന്റെയും നടപ്പിന്റെയും ദാർശനികത
അച്ചിത്രം പുറംചട്ടയാക്കി.

ചെരിപ്പെന്ന ചെരിവല്ല, ചരിപ്പിൽ
തേയ്ച്ചുതേച്ചുള്ള തേയ്മാനം.
അരഞ്ഞു പുൽച്ചെടിച്ചാളകൾ
കാട്ടു പൂവുകൾ, നാട്ടു ഭാഷകൾ

പൂവുടലിലെ തളിരിലപ്പാദങ്ങൾ
പലകപ്പുറത്തെന്തു രൂപാന്തരം

വേർപ്പകുന്നുകൾ ചവിട്ടിത്തെറിപ്പിച്ച
ചോരചീറ്റിക്കുന്ന നിശ്ചയദാർഢ്യം!

മെതിയടി വെറും മരപ്പലകയോ
വേറിട്ടുകാണും ചവിട്ടുകല്ല്.
എന്തിനും മീതെ ചവിട്ടിനിന്നാൽ
എന്തിലും മീതെയാമെന്നു തത്വം.

എങ്കിലും മരച്ചവിട്ടിയും രണ്ടാം
മുണ്ടുമുരിഞ്ഞു വെറും നിലത്തിട്ടു
മണ്ണുവേണമെന്നൊറ്റ കരച്ചിലിൽ
വെന്തിരിക്കണം നായാട്ടു വേഷങ്ങൾ.

പിന്നെച്ചരിപ്പകളെല്ലാം ചെരിവാർന്നു.
ഏതുയരവുമാർക്കുമെന്നായി.
എങ്കിലും ചിലരിടുമ്പോൾ ചെരിപ്പുകൾ
പഴയ മെതിയടിപ്പക പരത്തുന്നു

മെതിയടികളെത്തൊഴു-
മധോമുഖരസംഖ്യമാകുന്നു.
അവന്റെ ചെരിപ്പിൻ വാറഴിക്കുന്നു
മരപ്പലക പാകപ്പെടുത്തി നൽകുന്നു.

എവിടെനിന്നോ
മെതിയടിക്കാലുയർന്നു താഴുന്നു
മണ്ണുമണ്ണെന്നു ഞാ,നെന്റെ നിലവിളി
ആറടിമണ്ണു പകുത്തു വാങ്ങുന്നു.

■

വേവ്

എന്റെ വേരുകളിൽ തീ
പടർന്നു കേറുമ്പോലെ.
എന്റെ വേഗങ്ങളിൽ തീ
നാരുകൾ ചുറ്റുമ്പോലെ.

വഴിയോരോന്നും വന്നു
വളഞ്ഞു വെയ്ക്കുമ്പോലെ.
നിഴലോരോന്നും വന്നു
തെളിഞ്ഞു മായുമ്പോലെ.

ഉടലോളങ്ങളിൽ വിദ്യുത്
പ്രസരമേൽക്കുമ്പോലെ
ഉള്ളതേ,തില്ലാത്തതേതെ
ന്നുള്ളം വെന്തിറ്റുമ്പോലെ.

മഴതോരാതിരുവാതിര
ഞാറ്റുവേല ശമിക്കുന്നു
നനച്ച നീരാ,യുഴുതു
മണ്ണായ് നീ മാറും നിമിഷത്തിൽ.

ഒരു വേ,രല്ല തായ് വേ
രടർന്നു പോം നടുക്കം

എന്റെയാത്മാവു മണ്ണി
ലമർന്നു തേങ്ങുമ്പോലെ.

പൊള്ളിപ്പിടഞ്ഞു പിൻ
വാങ്ങുന്ന വിരലുകൾ
പോകാതെ വയ്യെന്നു
മുറിഞ്ഞു പോകുമ്പോലെ.

കുഞ്ഞുകാൽവെപ്പിൽ
മെതിച്ചിടമെരിയുന്നു
കുഞ്ഞുവാനുണപ്പിൽ
നനച്ചിടമെരിയുന്നു

ഒരു പൂ നിറച്ചതിൽ
പൂക്കാലമെരിയുന്നു
ഒരു വാക്കു പൊലിച്ചതിൽ
ആകാശമെരിയുന്നു.

എന്റെ വേരുകളിൽ തീ
പടർന്നു കേറുമ്പോലെ
എന്റെ പച്ചയിൽ പ്രാണ
നാരുകൾ പിടയുമ്പോലെ.
■

അസ്തമയം

എത്രയൽപ്പമേ വാക്കിൽ തെളിഞ്ഞുള്ള
അന്തിനാളമെരിഞ്ഞു തീരുമ്പോൾ
ദീർഘമാം പകൽ താണ്ടിത്തഴമ്പാർന്ന
കൈകളെന്നെത്തഴുകി വീഴുമ്പോൾ.

പോകമെന്നു നീ ചിന്തിച്ചുറച്ചതാം
പീതമാം വെയിൽനാളം ക്ഷണിക്കേ
ഏറെ നനുത്ത കൈ മാടി വിളിക്കെ
പ്പിറകെയെന്നു നീ കൈയമർത്തുന്നു.

രണ്ടു ലോകങ്ങളായ് തൊട്ടും പിളർന്നും
രണ്ടു മേഘങ്ങളായ് കൂട്ടിയിടിച്ചും
കണ്ടു തേൻമഴ പെയ്യുന്നൊരത്ഭുത
മെത്രയപൂർവ്വമേ,യെങ്കിലും വാസ്തവം.

പുറത്തു ലോകത്തെ പുതുക്കുന്ന വെമ്പ
ലകത്തെ ലോകത്തു മുളപ്പിച്ച കർഷക
സ്ത്രീയെ ഞാൻ കാണുന്നതെപ്പൊഴോ
കൈവിട്ട ഞെട്ടലിൻ പൊള്ളലേറ്റാവണം

ഒന്നിച്ച പോകുമ്പൊഴാ,ണവർ രണ്ടു
ലോകങ്ങളെ കൂട്ടിയിണക്കിയ വൈഭവം

കൊണ്ടുപോകുന്നതു കാണുന്നു ഞാൻ
സൂര്യനാഴുന്ന വിദൂരത്തിലൊറ്റയായ്.

എത്ര വെളിച്ചം കുടിച്ച ലഹരിയി
ലാർത്തു വിളിച്ച ഞാനൊന്നു തിരിയണേ,
ഭ്രമണങ്ങളവ്വിധം, വീണ്ടുമടുക്കുവാ
നത്രകാലത്തെ കറക്കം കഴിയണം.

രാത്രിയുറങ്ങുന്ന പച്ചകൾ പകിട്ടാർന്ന
ചാന്ദ്രജലവിതാനങ്ങൾ നിഴലുകൾ
പതുക്കെ തുറക്കുവാൻ നോക്കുന്നു ഞാ
നെനിക്കു വാറ്റിപ്പതുക്കേണ്ട പുസ്തകം.

ഓരോ കടവിലും തീർപ്പുള്ള പാലമായ്.
ഓരോ വളവിലും കാക്കുന്ന സത്യമായ്
ഓരോ ചുവടിലും പിൻവെളിച്ചം വീശി
യാരോ ഒരാളെന്ന മട്ടിലല്ലേ വന്നു!

നേരെ നിൽക്കുമ്പോഴെതിർപ്പുകൾ
തീപ്പുക ചീറ്റുന്നപോലെയെരിച്ചിടും.
ഞാനമാന്തക്കൊടിമരം കൈവിട്ട
നേരങ്ങളെച്ചൊല്ലിയുള്ളു കലങ്ങിടും.

അകത്തൊരാകാശമെന്നെ പുണരുന്നു
പുറത്തുള്ള സൂര്യനെ തണുപ്പിച്ചെടുക്കുന്നു
വന്നിരുന്നക്ഷരശ്ലോകങ്ങൾ ചൊല്ലുക
ഖണ്ഡകാവ്യങ്ങളുഴുതു മറിക്കുക.

എത്രയനായാസമെത്തുന്നു നാത്തുമ്പി
ലേതുകാവ്യത്തിലെ കാരുണ്യപർവ്വവും.
രാത്രി മടിശ്ശീലയഴിക്കെ വീഴുന്നതാം
രത്നങ്ങളൊക്കെ പെറുക്കണം കുട്ടികൾ.

പുറത്തുനിന്നോർമ്മപ്പെടുത്തുന്ന വാക്കിൽ
പ്പിടിച്ചു കേറുന്നതാം വാങ്മയ കൗതുകം

ബാല്യത്തിലങ്ങനെ കണ്ടതാണത്രയും
ഭിന്നമാം ലോകങ്ങളൊറ്റക്കുതിപ്പിലായ്.

ഒന്നിച്ചുതന്നെ കൈകോർത്തു പോകുവാ
നൊറ്റവാക്കിന്റെ യരികു പിടിച്ചവർ.
തെറ്റുവാക്കിൽ തെറിച്ചു പോകുമ്പൊഴും
ഒറ്റവാക്കിൽ തളിർത്തു പൊന്തുന്നോർ.

ഞാനുണർന്നു തിരക്കുന്ന ലോകം
ഞാണുപൊട്ടിത്തെറിച്ചതെങ്ങാവും?
ഞാനതിന്റെ നടുക്കം വിടാതെ
യൂരുചുറ്റിക്കളിക്കുന്നതെന്തിനോ!

■

ബുദ്ധൻ പുറത്ത്

അകത്തിടമില്ല
ബുദ്ധൻ പുറത്തിരിക്കട്ടെ.

അകം പിളർന്നു പുറത്തു ചാടിയ
പൊരുത്തക്കേടിന്റെയെരിപൊരിയല്ലേ
പുറത്തലഞ്ഞലഞ്ഞ,വസാനിക്കാത്ത
അഹമ്പൊരുളിനെ പുലർത്തിപ്പോന്നത്?

അകത്തവനെ ഞാൻ തളയ്ക്കുകയില്ല.
പുറത്തവനെ ഞാനയക്കയുമില്ല.
പടിയ്ക്കൽ പീഠം വെച്ചിരുത്തണം, ബോധി
യിത്തണൽതന്നെയെന്നെഴുതി വെക്കണം.

മകൾക്കു പേരിട്ടു ഗയയെന്നവൾ
അറിഞ്ഞില്ല ശാന്തി പിറന്നിടത്തൊട്ടും
അലഞ്ഞു തീർക്കുന്നു തീക്ഷ്ണയൗവ്വനം
ഗവേഷണമെന്ന കുലപ്പെരുമയിൽ.

മകനാണെങ്കിൽ പേർ ഗൗതമനെന്നാം
വഴിയിൽ പക്ഷെ വരുത്താമോ മാറ്റം?
ഇരിക്കുമെത്രനാളൊരു മരത്തണൽ
വിരിക്കുമദൃശ്യമാം സിരാവലയത്തിൽ?

‘തിരിച്ചുപോക്കില്ലാത്ത നടത്തത്തിനേതു
ഗൃഹമുണ്ടന്നം കരുതിവെയ്ക്കുന്നു?
സകലസത്രുവുമിരന്നു നീങ്ങണം
പകലിരവുകൾ പൊരുൾ തിരക്കണം’.

വരച്ചുകൊണ്ടവൾ നടന്നുപോകുമ്പോൾ
തെളിയും ചിത്രത്തിലവന്റെ നേരുകൾ.
ഇഴപിരിച്ചവൾ തിരക്കു,മാരുടെ
വേവാണു ശമനമില്ലാതലയ്ക്കുന്നു ചുറ്റും?

തലയ്ക്കധികാരത്തടിപ്പുകൂടിയ
പിതാവിനെ വെല്ലുവിളിക്കണം മകൾ
വഴികളിലെങ്ങും പിതൃവൃക്ഷങ്ങളു
ണ്ടവതെളിക്കുമോ അഹിംസതൻ വഴി?

അതിനാലൊറ്റയ്ക്കലഞ്ഞു തീർക്കുവാൻ
അനുഗ്രഹിക്കേണ്ട തണൽ മരങ്ങളേ
തണുത്ത കൈകളാലകവേരിൻ സ്പർശം
നെറുകയിൽ ചേർക്കാനടുക്കല്ലേ വീണ്ടും.

കഥയിൽ ഞാനില്ല, തിരിച്ചുമങ്ങനെ
പഠിച്ച പാഠങ്ങൾ തിരിഞ്ഞു കൊത്തട്ടെ
അലച്ചിലിൻ ദൈവമകത്തിരിക്കുമ്പോൾ
ഇരിപ്പുറയ്ക്കുമോ ക്ഷണനേരത്തേയ്ക്ക്?

അകത്തുവേണ്ടിനി
ബുദ്ധൻ പുറത്തിരിക്കട്ടെ.
■

ഒരു പിറന്നാൾ ആഘോഷം

ഹോട്ടലിൻ ഭോജനശാല
ഉച്ചയ്ക്കുണ്ണുവാനെത്തി ഞാ
നരികെ, മൂലയിലൊരു മേശ
യലങ്കരിക്കുകയാണ് പെൺകുട്ടി.

ചുവരിൽ നിറബലൂണുകൾ
പിറന്നാളാശംസകളെന്നെഴുത്ത്
നൂല് വലിഞ്ഞുവീഴുമ്പോഴമർത്തി
വെയ്ക്കുന്ന പശനാടയമർത്തി.

ഒറ്റയ്ക്കവൾ, വന്നു വെയ്ക്കുന്നു
ണ്ടുച്ച ഭക്ഷണം പുലാവോ മറ്റോ
കാണുന്നില്ല മറ്റാരെയും കാൽവെ
ന്തെന്ന പോൽ തിടുക്കമിരമ്പുന്നു.

ഓരോ ബലൂണമൂതിവീർപ്പിച്ചും
പൊട്ടുന്നതിലിടറിത്തെന്നിയും
ചേർത്തു വെയ്ക്കുന്നു വളരെ
പ്പതുക്കെ,യാരോ വരാൻ കാണും.

ചുറ്റും തിരക്കേറി, യാളുകൾ
നിരീക്ഷിപ്പതവളെ, യെന്തിതെ

ന്നാശ്ചര്യ,മവരോ കാണുന്നില
മറ്റൊന്നുമെന്തൊരു നിശ്ശബ്ദത!

പുലാവു തണുക്കുന്നു, വെയ്റ്റർ
തീരെയക്ഷമനായില, ഭക്ഷണം
കഴിക്കുന്നവർ നിശ്ശബ്ദം കൂട്ടായി
യാരുടെ പിറന്നാളാശംസിച്ചു!

അവളോ കാണുന്നീലൊന്നും. വീഴും
ബലൂണുകളഴിയും നൽപ്പാലങ്ങ
ളടരും പൂവുകൾ പിറന്നാളെഴുത്തുക
ളുറപ്പിക്കുന്നു വീണ്ടുമതേപോൽ.

എത്ര ചടുലം കൈകൾ, നിറകണ്ണുക
ളമർത്തിത്തളരാത്തെഴപ്പി
ലിരുന്നു മെണീറ്റു മാരെയോ ശ്വാസിച്ചു
മാശ്വസിപ്പിച്ചുമുച്ചയാഘോഷിപ്പൂ.

ആരുടെ പിറന്നാളി, ന്നറിവീല, ചുറ്റും
പരക്കുന്നുണ്ടൊരു സ്നേഹത്തി
നവാച്യമാം സങ്കട, മജ്ഞാതമാം
ഭയം, നിന്നു കത്തുന്നതു പെൺനാളം.

മടങ്ങുമ്പോഴവളാരെന്നു തിരക്കീല,
കാണാക്കുഞ്ഞിനു വെച്ച പാവയ
ച്ചുമരിൽച്ചേർന്നൊട്ടി നിൽക്കുന്നു.
നന്ദിയെന്നവളെന്നെത്തൊട്ടുന്നു.

■

യക്ഷൻ

രാത്രിയെത്തും നഗരത്തിൽ
നീ പാർക്കുമിടമെങ്ങോ
വെളിച്ചത്തിൻ കൊടുങ്കാട്ടിൽ
തീയമർന്ന കനലെങ്ങോ.

വിണ്ടുകീറിയൊരോർമ്മയി
ലൂടുപാത തെളിയുമോ
പണ്ടു പൊട്ടിയ വീറു ജീവ
തന്തുതോറുമെരിയുമോ

ചുവടുവെക്കെ നടക്കുവാൻ
കാലിലെന്തിരമ്പമോ
കൈകൾ വീശി നീങ്ങുവാൻ
കരളിലെന്തു കുതിച്ചുവോ!

നോട്ടമെത്തും വളവുകൾ
നിവർത്തി നീങ്ങുമിംഗിതം
വിജനമായ തെരുവുനീളെ
നിഴൽച്ചതുരഫ്ലാറ്റുകൾ.

ഇടിമിന്നൽ നടുക്കത്തിൽ
വെട്ടമാകെ യണയുമോ

തുറന്നുവെച്ച ജനൽമിഴിയി
ലേകനാളമെരിയുമോ

അലഞ്ഞുനീണ്ടൊരായുസ്സി
ലേതു ലക്ഷ്യമകന്നതാം.
അനേകകാര്യവ്യഗ്രതയി-
ലേകജീവിത സത്യമോ?

കൂർത്തുനീണ്ട വെളിച്ചച്ചീൾ
തറച്ചു കേറിയ കാലുകൾ
മുടന്തിനിൽക്കെ ജാരശങ്കാ
മിന്നൽ നെഞ്ചു പിളർത്തിയോ?

കണ്ണുകീറിയ കുഞ്ഞുഭൂമീ
കാഴ്ച്ചയുള്ള നിറയ്ക്കവേ
പൊടുന്നനെ വന്നമ്മതന്നു
പാൽമുലകൾ ചുരത്തി നീ

എന്തൊരാശ്ലേഷമാണതു
ചന്ദ്രികേ നീ യകന്നുപോയ്
എത്ര വിദ്യുത് വസന്തങ്ങൾ
ചന്ദ്രകാന്തിയടർന്നതായ്.

ഇപ്പൊഴീവഴി വന്നു ഞാൻ
വീണുപോയതെടുക്കുവാൻ
മാഞ്ഞ മാരിവില്ലിലേതു
വർണമാർന്നു നിൽപ്പൂ നീ

നഗരരാവിൽ നിന്റെ ചൂരും
ചുണയുമുള്ള കാറ്റിതാ
നീയൊഴിച്ച സകലതു
മെനിക്കുതന്ന സാന്ത്വനം.

നിന്റെ പാർപ്പിടത്തിലേക്കു
മാത്രമുള്ള പാതയിൽ
രാവൊടുങ്ങും മുമ്പണയാ
നാഞ്ഞു നീങ്ങുകയാണു ഞാൻ.

■

കോഴിക്കോട്ടെ കടൽക്കരയിൽ

രാത്രി കടൽക്കരയിലെന്തു തിരക്കു സീ
ക്വൻസിൽനിന്നിറങ്ങി പരക്കുന്ന ചന്ദ്രൻ.
പ്രകാശം, ചുവടുകൾ തെന്നുന്ന വാക്കിൽ.
കടലിൽക്കലരുന്ന ക്രോധക്കൊട്ടും രസം.

പലനിറം പൂശിത്തെളിയും ജനാലകൾ
വെൺനിലാവേ വരുവെന്നോ ക്ഷണിക്കുന്നു
തെല്ലറക്കെച്ചുവടുകൾ വെച്ച പൊന്തുന്ന
മാളികമേൽ കാത്തിരിക്കുന്നതാർ പ്രിയ?

ശിലകളിൽ കൊത്തിനിരത്തിയ ഭംഗികൾ
ചേരാത്ത ബിംബങ്ങളൊത്തിരിക്കും പോലെ.
വെൺപുതപ്പിനാലവ മൂടുവാൻ കാറ്റിന്റെ
യോരംപിടിച്ചു ധൃതിപ്പെട്ടും ലഹരികൾ.

വന്നിരമ്പുന്ന തിരയേതു, ലഹരിതൻ കടൽ
ചെന്നുമുട്ടുന്ന കരയേതു, ദൂരവെട്ടത്തി
ലുലയുമുരുവേത്, രാത്രിയെയപ്പാടെ
വിഴുങ്ങിയോ നിന്നിന്ദ്രജാലം, കാവ്യചന്ദ്രനേ!

എഴുതിയതാർ ചതുരംഗക്കലി,യിരുൾ
വെളിച്ചങ്ങളറുപത്തിനാലു കളങ്ങളിൽ
ഒന്നിൽനിന്നു ഞാൻ നോക്കീ മറുപുറം
മറ്റൊരു കാലാ,ളമാവാസി കാലാന്തകൻ!

വരുന്നുവോ നമുക്കൊന്നു കൂടണം സീ
ക്യൂൻ വിളിക്കുന്നു, മുങ്ങി നിവരുമ്പോൾ
നമ്മളിരുപുറം നിൽക്കാത്ത കള്ളികൾ
നമ്മെ നിരക്കിപ്പുളഞ്ഞിടും തിരകളായ്.

വന്നു കിടക്കണം പഴയമണൽത്തിട്ടിലെ
നനവിൽക്കുതിർന്നന്യോന്യം പുൽകണം.
നേർത്ത വിരലനക്കങ്ങളാൽ നീയെന്റെ
ബാബുക്കയായ് മാഞ്ഞ രാഗമുണർത്തണം.

ഇരുൾക്കരയിലിരിപ്പുണ്ടൂറ്റ,ബക്കിത്തത്തെ
തണുപ്പിക്കയാണയാൾ, കൊട്ടുങ്ങല്ലൂരും
കക്കാട്ടും കലഹിക്കുന്നൂ പരസ്പരം കെ ടി
പ്രണയത്തിൻ കടൽക്കോളിലുലയുന്നൂ.

പലവഴികളായ് ചേർന്നുമകന്നും പലമ
ട്ടസ്തമയങ്ങളറിഞ്ഞും പലപായ്ക്കപ്പലിൽ
വന്നതാം ധീര സാഹസങ്ങളെ വരവേറ്റും
പൊരുതിയും കോഴിക്കോട്ടെ വെളിച്ചങ്ങൾ.

അതെല്ലാമതുപോൽ വിരലാൽ തുഴയവേ
മണലിൽപൊങ്ങുന്ന പിൻനിലാവുകൾ
എൻപിയും പൊറ്റക്കാട്ടും എംടിയും ബഷീറും
കൊളുത്തിയ തീപ്പൊട്ടിൻ മായാമറുകുകൾ.

കൺചിമ്മീ വിളക്കുമാടങ്ങ,ളടർന്നു തീരുന്നു
കടൽപ്പാല,മകന്നുപോയ് പടയോട്ടങ്ങൾ.
സകലതും ചേർത്തു വാറ്റിയ വീഞ്ഞെ
ന്നശാന്തമാം ഞരമ്പിലിന്നെരിതീദ്രാവകം.

ഉയിർപ്പിച്ചതാണു നീ പച്ചതൻ താഴ് വര.
കടലതിരിൽ മാഞ്ഞ പ്രണയത്തണലുകൾ.
കോളേജുകാലത്തൊളിച്ചു പോന്നുത്സാഹം
ചുണ്ടിൽക്കൊളുത്തിയ വിസ്മയോദ്ദീപനം.

ധനു തുടങ്ങിയേയുള്ളു രാത്രിയിൽ മഞ്ഞു
വീഴുന്നതേയുള്ളു, ജനൽപ്പാളികളടച്ചിരുൾ
രാത്രിയെ വിളിക്കുവാൻ വെമ്പുന്നു വീടുകൾ.
കാവ്യചന്ദ്രികേ ക്യൂൻ വെളിച്ചമേ മടങ്ങാമിനി.

■

പയ്യാനക്കലെത്തുമ്പോൾ

പയ്യാനക്കൽ റോഡിലിപ്പോൾ
തിരിഞ്ഞിറങ്ങും ഫ്ലൈ ഓവർ.
പള്ളിമൂലയിറങ്ങി റെയിൽവേ
ഗേറ്റിൽ തട്ടി നിന്നിടേണ്ട.

ഇരുപുറം നോക്കി വേഗ
ക്കുതിപ്പടക്കി നൂണ്ടതാം
പഴയകാലമേ വരൂ, വെയിൽ
പ്പാളമേറുക സൂര്യനേ

കടലിലേക്കു നീണ്ട പാത
പാട്ടിലേക്കു ചേർത്തവൻ
കൊണ്ടുപോയിരുന്നു മു
ന്തുള്ളലിവിൻ ജലധിയിൽ

അവിടെയുണ്ടായിരുന്നു
പാട്ടുറഞ്ഞ കൊന്നകൾ
സൂര്യനെയുലയിലിട്ടു
ഭംഗി കോർത്ത വിസ്മയം.

അവനെഴുതി സ്നേഹമേ
നിന്നകങ്ങൾ നേരുകൾ

പാളിവീഴും ചിരികളിൽ
പതിഞ്ഞ ഭാഷണങ്ങളിൽ.

അവനുമൊത്തു, (ഞങ്ങൾ
മൂവർ) നടന്ന രാത്രിയെ
കുറുക്കുമേതു സൂത്രമോടെ.
നഗരരാവരങ്ങുകൾ.

പ്രണയമായിരുന്നു ജീവ
കോശമാകെ യവനു
വീഞ്ഞുപോലതു പകർ
ന്നെനിക്കു കാവ്യസന്ധ്യകൾ.

അവനലിഞ്ഞ സൗഹൃദ
മനന്തവീചിയാർന്നതാം
അതിൻ നുരകളുണ്ടു ഞാ
നടിഞ്ഞ തീരമേതിലും.

പയ്യാനക്കൽ റോഡിലില്ല
കർണികാര കനലുകൾ.
പാട്ടുകാരൻ മിത്രമൊത്തു
പൊള്ളിനിൽക്കയാണു ഞാൻ.
■

മറുഭാഷ

ഉടൽപോലെ ഭ്രമിപ്പിക്കുന്നില്ല മറ്റൊന്നു,മതു
വാസനാപാഠങ്ങളെ മൂടുമൊരു മേൽഭാഷ.

ഓർക്കാപ്പുറത്തൊരു തൊടലോ തോണ്ടലോ
മതി, വിഭ്രമങ്ങൾതൻ മറുഭാഷ ചുരത്താൻ.

ദുർവാസനകൾ വമിക്കും കാടുകൾ, പരുഷ
മണലാരണ്യങ്ങൾ, തിളയ്ക്കുമഗ്നിപർവ്വതങ്ങൾ.

വിളിക്കും വസന്തങ്ങ,ളിരുളാർന്ന പാർക്കുക
ളിരമ്പിമറിയുന്ന കടലുക,ളസ്തമിക്കും സൂര്യൻ.

പലവർണമണിഞ്ഞു നഗരങ്ങ,ളിരമ്പും വേഗങ്ങ
ളവസാനമില്ലാത്തയലച്ചിൽ, പൊയ് വേഷങ്ങ-
ളെത്ര ഭൂകമ്പങ്ങൾ, നിലാപ്പുറങ്ങൾ സകലതു
മുടലിൻ മറുഭാഷ,യതുതേടിയല്ലോ നിത്യയാത്ര.

ഉടൽപോലെ ഭ്രമിപ്പിക്കില്ല മറ്റൊന്നു,മതുപോൽ
തെറിപ്പിക്കയുമില്ല പ്രാണനെയന്യ പഥങ്ങളിൽ!

തേടരുതൊന്നും സ്വന്തമുടലിൽ ബലാ,ലതു
വരിഞ്ഞകത്തിട്ടുമായുസ്സൊടുങ്ങും വരെ.

പിന്നെയേതുടൽ, വിചിത്രവാസനാ വൈകൃതം
പൊറുത്തെന്നെപ്പുണരാൻ വിസ്മയലോകമേ.

ഉടൽ സ്രവിപ്പിക്കുന്ന മാന്യത, പരഭീതി, വിശുദ്ധ
പരിവേഷങ്ങളൂരിയാൻ മതിയാവില്ലെൻ ധീരത.

അതു തേടുവാൻ നല്ലതു ദേശാന്തരം. വിദൂര
താഴ് വരകളിലാവാമത്യാരോപങ്ങൾ, കേളികൾ.

വാസ്തവം സഹിക്കാതെ മറതേടുമെൻ ബുദ്ധി
മറുഭാഷയെ ചെന്നു കുമ്പിട്ടു വിളിക്കുംപോൽ.

ഉടൽപോലെ ഭ്രമിപ്പിക്കുന്നില്ല മറ്റൊന്നു,മത്
വാസനാപാഠങ്ങളെ ധ്വനിപ്പിക്കും മറുഭാഷ.
■

തിരുപ്പിറവി

ഉടലിൽ കാണുന്നില്ല ജാതിയും ലിംഗവും
വംശച്ചിഹ്നവും. എന്തുപേരിട്ടു വിളിച്ചി-
ട്ടെന്തെ,ന്തിലും സന്ദേഹം.

ആണിലും പൂക്കുന്നല്ലോ പെൺകാലം.
പെണ്ണിലോ വരുംകാലം.
ആരിലും നിൽക്കുന്നില്ലവരെത്തീർത്ത
തീർപ്പുകൾ. വട്ടക്കെട്ടിയ തിണർപ്പുകൾ.

ചുമലിൽ നുകപ്പാടെങ്ങ്,
ചന്തിയിൽ ചാപ്പ, നെറുകയിലിരുമ്പാണി,
കാലിൽ തള,യുൾക്കാടിൻ ചൂരും
പാറക്കെട്ട പിളർക്കും പ്രാക്കും.
പുണരെപ്പുണരെ പൊഴിഞ്ഞുവോ
പൊറ്റപോൽ പൊതിഞ്ഞ പൊള്ളുകൾ.

കൈകൾ കുലുക്കിച്ചുമലിൽ തട്ടി പതുക്കെ
പ്പുണർന്നു നെറ്റിയിൽ മുകരുമ്പോളുരിഞ്ഞു
പോയല്ലോ തന്റേതല്ലാത്തതാമുടുപ്പുകൾ.
സ്കൂൾ ബഞ്ചിൽ, ചായക്കടയിൽ റേഷൻ
ക്യൂവിൽ, പണിശാലയിൽ, പടർന്നേറിയ പോരിൻ
ജാഥയിൽ പൊഴിഞ്ഞുപോയന്നന്നത്തെയുടലുകൾ.

വിയർപ്പേറ്റമർന്നതാമുദ്ധൃതം വാഴ് വെന്റെ,
തീയായ് പിണഞ്ഞതാം പൂണൂലെന്റെ,
പിറകിൽ പിടഞ്ഞറ്റ പിൻകുടുമകളെന്റെ,
പുൽക്കുട്ടിൽ പിറന്നോനെ കൊല്ലാൻ വിട്ട
തീർപ്പെന്റെ. മണ്ണും ജലവും കടഞ്ഞേറ്റ ജ്ഞാനത്തെ
ചവിട്ടിത്തേച്ച ചാട്ടയും കുരിശും മറ്റാര്?

ഓർക്കാതെ തൊടൊല്ലാ, വിധം മാറാം സർവ്വതും.
ഉദ്ധരിച്ചെതിരിടാം. മാഞ്ഞില്ലാതാകാം.
സത്യമേതേതു ദൈവം, ചെകുത്താനെങ്ങ്?
തമ്മിൽപ്പുണരേ കലിവരുന്നുണ്ടതു വഴി
മുറിവായകൾ കൂടാം, അഗ്നിബാധയിൽ പൊള്ളാം,
ഉടൽ വിട്ടുണരാൻ വെമ്പും ഭൂതങ്ങളാവേശിക്കാം.

തിരികെപ്പോരു ചാടണം ലിംഗവേലികൾ
നൂഴണ മിരുളിൻ യോനീമുഖം. കാണരുതൊന്നും.
എന്നിട്ടും പുണർന്നതാരിപ്പട്ടാപകൽ, പൂക്കുറ്റിപോൽ
കത്തി പൂവിരിച്ചതാർ? അകം പൊള്ളിപ്പൊട്ടിയ
നക്ഷത്രങ്ങൾ തേടിത്തെളിയാനെത്തുമോ കിഴക്കാരാൻ?
■

നഗ്നം

ഓർക്കാപ്പുറത്തു വന്ന്
അവളെന്റെ മേലുടുപ്പുകൾ
വലിച്ചുമാറ്റുന്നു.

ആണുടൽ പുതച്ച ഞാൻ
അപ്പോളെന്റെ മുലകളെ
ഉരുട്ടിയെടുക്കുകയായിരുന്നു.
താഴേയ്ക്കു ചുഴികളായ്
ഞാനെന്റെ കാറ്റുകളെ
കൂർപ്പിക്കുകയായിരുന്നു.
എടുത്തുചാട്ടങ്ങളെയമർത്തി
പതുക്കെയൊരു നീരുറവ
തുറന്നു വിടുകയായിരുന്നു.

അവളത്ഭുതപ്പെടുത്തുന്നത്
വേഷംചേർക്കാത്ത ഉടലുമായ്
തെരുവു മുറിച്ചുകടന്നും
ഉറക്കെ സംസാരിച്ചുമാണ്.
ഇത്രയൊക്കെയല്ലേയുള്ളൂ
കൂട്ടുകാരാ എന്നുമ്മവെച്ചാണ്.
ആനന്ദത്തിന്റെ ഉറവകൾക്ക്

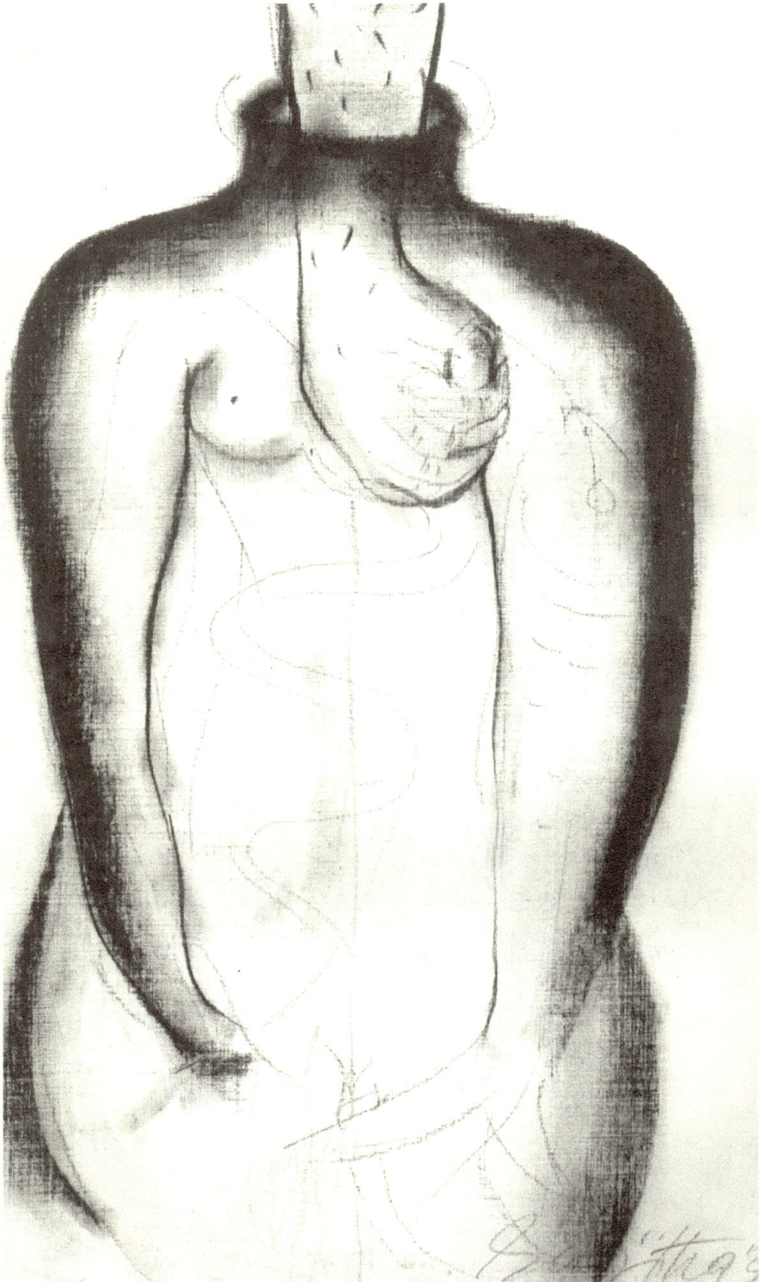

സങ്കടങ്ങളുടെ പാടയെന്തെന്ന്
ഞാൻ മുറുകെ പുണരുന്നു.

നീ സംസാരിച്ചുകൊണ്ടിരുന്നത്
എനിക്കു പരിഭാഷപ്പെടുത്തുക വയ്യ
അവൾ പറഞ്ഞു
നിനക്കു പറയാനുള്ളതെല്ലാം
നിന്റെ ഉടലിലിളക്കങ്ങളിലുണ്ട്.
നീ വായിച്ചിട്ടില്ലാത്ത ഉയിരെഴുത്ത്.
അതത്രയും വായിക്കാൻ
നിനക്കു ഞാനുടൽച്ചുമർ.
നിന്റെ വ്രണങ്ങളതിൽ തെറിക്കട്ടെ.

വരച്ചു തുടങ്ങുമ്പോൾ
വെറുമൊരു പ്രതലം
കടലിരമ്പങ്ങൾക്കുമേൽ
വലിച്ചുകെട്ടിയ കാൻവാസ്.
അതിനുമേൽ കാറ്റുകളെ കുറുക്കി
കുഞ്ഞു വിരലുകളുടെ നൃത്തം
നിന്റെ ചുമരു നിറയെ പൂക്കൾ
വരുംകാലത്തിന്റെ രക്തം.

ഞാനിനി എങ്ങനെയാണ്
എഴുന്നേറ്റ് ഉടുപ്പണിയുക?
ഉടുപ്പിന്റെ ഇന്ദ്രജാലങ്ങളിൽ
തെളിയും കുലം, മതം, രാഷ്ട്രീയം,
വംശം, ലിംഗം, നിയമം, സദാചാരം
ഞാനല്ലാത്തതൊക്കെയും.
നിന്റെയിടിമിന്നലിൽ കാണായ
എന്നെക്കുറിച്ചുള്ള സമസ്തവും.
ലോകത്തെ ഒറ്റക്കാലിൽ നിർത്തി
നീ ചുറ്റുചുറ്റുക്കോടെ ഓടുന്നല്ലോ.
ഉണർവ്വിന്റെ പ്രഭാവമേ!
■

ഒട്ടൽ

ഇലകളൊട്ടിക്കിടക്കുന്നപോലെ ഞാ-
നവനിലമർന്നു കിടക്കുന്നു.
ഇഴയിട്ടു കോർക്കുവാൻ ജീവഞരമ്പുകൾ
കുതികൊള്ളുമൊച്ചയേയുള്ളൂ.

അവനെഴുന്നേൽക്കുന്നതെന്നിലേ, ഞാ
നവനിൽ തുറക്കുന്ന വാതിൽ.
അവനമർത്തിയൊളിപ്പിച്ച പെണ്മയിൽ
നിർദ്ദയമാഴ്ത്തി ഞാനെന്നെ.

ഇലകളൊട്ടിക്കിടക്കുന്നപോലത്ര
ലളിതസാധാരണമല്ല വേഴ്ച്ച.
കുത്തിപ്പിളരുന്ന വേദനയുണ്ടുള്ളിൽ
ഒന്നായിരിക്കുമീയാനന്ദത്തിൽ.

ഒന്നെഴുന്നേൽക്കുവാൻ പിടയുകയാ
ണവൻ തട്ടുന്നു ഞാനെന്ന ഭാരം.
കിതപ്പോടമർന്നു കുതിക്കുകയാണെന്റെ
യുദ്ധൃത തൃഷ്ണകളപ്പോൾ.

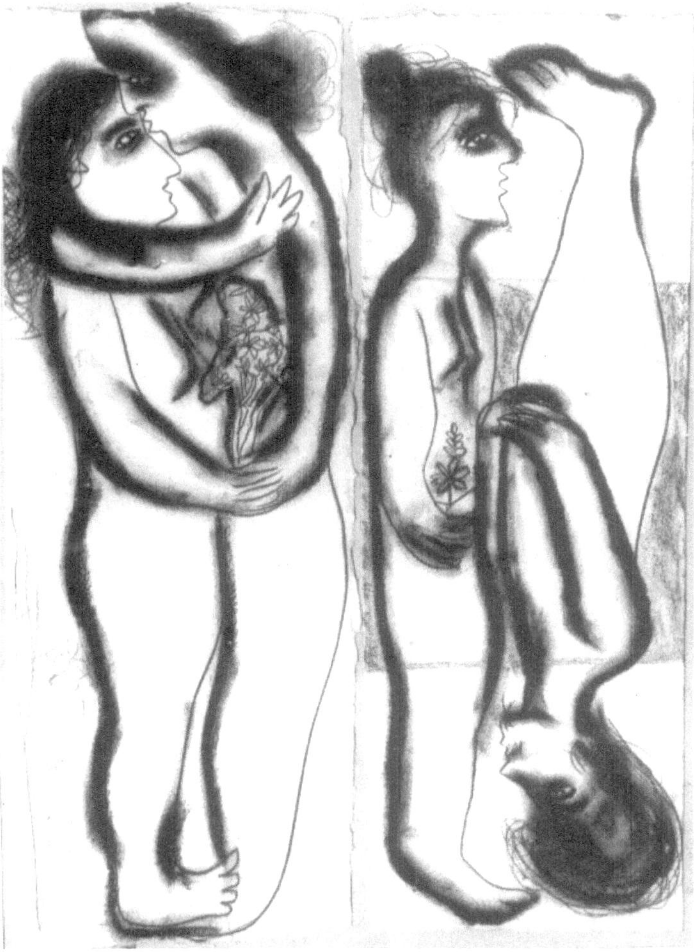

ഒട്ടിക്കിടക്കുമിലകൾപോലല്ലയോ
ഇരുവരമർന്നു കിടക്കുന്നു.
ഇരുഗാത്രമില്ലവയൊറ്റ പ്പടർപ്പിലേ
യ്ക്കൊരുനാളമായിയെരിഞ്ഞൂ?
■

അത്

ഞാനെന്താണിങ്ങനെ
നോക്കുന്നതെന്ന്
ഞാനെന്തിനാണ് നിന്റെ
പിന്നിലലയുന്നതെന്ന്
നിനക്കു മനസ്സിലാവുന്നുണ്ടാവില്ല.

എനിക്കു കൈമോശം വന്നതെന്തോ
നീ ഒളിപ്പിച്ചതുപോലെ
എനിക്കു ചേരേണ്ടതെന്തോ
നിന്നിൽ തടഞ്ഞതുപോലെ
എന്നിലേക്കെന്തോ അവിടെ
തിടുക്കപ്പെടുന്നതുപോലെ.

നിന്റെ ഉടലിലും ശബ്ദത്തിലുമതുണ്ട്.
ഉടുപ്പുകൊണ്ടോ മൗനംകൊണ്ടോ
മറച്ചുവെക്കാനാവാതെ.
കാലൊച്ചയിൽ കുതറിയും
കൈയനക്കത്തിലിടറിയും
ഉച്ഛ്വാസത്തിലുന്മാദം കൊണ്ടും.

ഉറക്കത്തിൽ കാറ്റുപോലെ
അതെന്നെ കൊണ്ടു പോവും.

കൈകൾ പടർത്തി പറക്കുകയും
മേഘങ്ങളിൽ ഊളിയിടുകയും ചെയ്യും.
മുടിയിഴകൾ മുഖത്തെന്നപോലെ
മേലാസകലമത് ഇഴയും.
അപ്പോഴും അത് അതായല്ല
നീയായ് മാത്രം തോന്നിപ്പിക്കും.

ഇത്തിരി നിൽക്കാമെങ്കിൽ
എനിക്കിത് പറയാമായിരുന്നു.
'നിന്നിൽനിന്ന് അതെടുത്തു തരൂ,
പോകട്ടെ' എന്നു വളരെ സൗമ്യമായി.
നീയാവട്ടെ എന്നെ ഒഴിവാക്കുന്നു.
ചിലപ്പോൾ വല്ലാത്ത ഭയത്തോടെ
അല്ലെങ്കിൽ വെറുപ്പോടെ.

ഉണർന്നിരിക്കുമ്പോഴൊക്കെ
അതൊളിച്ചു വെക്കാനാണ് നിന്റെ ശ്രദ്ധ.
അല്ലെങ്കിൽ അമർത്തിപ്പിടിക്കാൻ.
പുറത്തുചാടിയാൽ അതെന്റെ
പേരു വിളിച്ചു വിലപിച്ചാലോ!
ആൾക്കൂട്ടത്തിൽ കൈവിട്ട്
എന്നെ വന്നു പൊതിഞ്ഞാലോ!

ഞാനെല്ലായിടവും നോക്കും.
നിന്നെ കാണുമ്പോഴെല്ലാം.
ഓരോ അണുവിലും അതു തേടും.
കണ്ണുകളും കൈവിരലുകളും അതിനായും.
അനേക കോശങ്ങൾ പൊട്ടുന്നനെ
അതു തേടി കുതിക്കും.

ഞാൻ നിന്നെ നോക്കുന്നതെന്തിനെന്ന്
നീ ആശ്ചര്യപ്പെടുന്നതാണത്ഭുതം.
എന്നിലേക്കുള്ള അറിയാകുതിപ്പുകളെ
അമർത്തിയുമൊളിപ്പിച്ചും

ശ്വാസംമുട്ടിയുള്ള നിന്റെ നിൽപ്പിൽ
അതൊരിക്കൽ പൊട്ടിത്തെറിക്കും.

എന്റെ നിറമുള്ള വാക്കുകൾ
നിന്റെ ചുണ്ടുകളിലൂടെ പുറത്തു വരും.
നിന്റെ മണമുള്ള തുമ്പികൾ
എന്റെ പേശികളിലുമ്മ വെയ്ക്കും.
അപ്പോൾ കണ്ണുകളടച്ച്
നീ ഉറക്കം ഭാവിക്കുമായിരിക്കും.
അപ്പോഴും അതെനിക്കു കിട്ടുമോ?
നീയായിത്തന്നെ തോന്നിപ്പിക്കുമോ?
■

പദപ്രശ്നം

അവളെ ചെയ്തതുപോലെ
വേണമെന്നെയും പ്രിയാ
പോകുമ്പോൾ കണ്ടേൻ തീ
യമർന്നതിൻ സുഖാലസ്യം.

അവളെയുടുപ്പിച്ചോൻ വ
ന്നഴിച്ചില്ല ചാർത്തുകൾ
അവൾത്തിരകളെ മാടി
യകമീനുകൾ പിടച്ചീല.

ശാന്തമംബരം കാത്ത
കാർമുകിൽ പടർപ്പുകൾ
അവൾക്കുമേലേതോ കാറ്റിൽ
പാറിവീണെന്നേയുള്ളൂ.

അവളലങ്കാരത്തിൻ കന
മഴിക്കുവാനിരന്നപ്പോൾ
കാറ്റിനുണ്ടാവില്ലേയനു
കമ്പിതമുള്ളുലച്ചില്ലുകൾ.

അവളെ ചെയ്തില്ലൊന്നും
അവളായഴിഞ്ഞതാം

കുറിക്കൂട്ടുകളോരോന്നും
വിയർപ്പുപോൽ പൊടിഞ്ഞതാം.

അവളെ ഞാനുണർത്തിയോ
നീരണിക്കവിളിൽ കു
ഞ്ഞുമ്മകൾപോൽ ചുണ്ടൊപ്പി
യൊലിപ്പുകൾ തുടച്ചതാം.

അവളെ ചെയ്തതുപോലെ
വേണമെന്നെയും പ്രിയാ
ഉടൽ തരിക്കുന്നുണ്ടെന്റെ
പരിഭവം കണക്കല്ല.

മുടിയും മുലയും വിരലും
കത്തിയാളിയ വേനലിൻ

സൂര്യനേ, തിളയ്ക്കുന്ന
ചോലകൾക്കുടയോനേ

ഒന്നമർത്തുക മർമ്മത്തിൽ
വിര,ലതു തണുക്കട്ടേ
യാളിയമരും തൻശയ്യയിൽ
നിന്നിഴകൾ തിണർക്കട്ടേ.

നിന്നുടുപ്പുകളൂരുമ്പോൾ
മറ്റേതോ വഴിയിൽ ഞാ
നപരിചിതൻ ചെന്നുചാടിയ
പോ,ലെന്നെ നീ വെറുക്കുമോ?

അവളല്ല ഞാ,നതു നേര്
അവളിൽ കണ്ടതല്ലെന്നിൽ
അവളെന്നു ധരിച്ചോരുടുപ്പുക
ളൂരുമ്പോൾ കണ്ടതാരെ നീ?

അതേയാളെക്കാണാനേതു
പുറം മോടിയുമഴിക്കണം.
ഉടുപ്പും കുറിച്ചാർത്തു
മുടൽ ക്ഷോഭങ്ങളണപ്പും.

വന്നിരിക്കുകയരികെ
പലനാൾ ചുമലിൽവെച്ച
കൈകളാൽ പുണർന്നോളൂ.
അണിയലുകളഴിഞ്ഞോട്ടെ.

ഒളിഞ്ഞിരിപ്പുണ്ടാരോ
യെന്നുടൽക്കയങ്ങളിൽ
പതുക്കെ സൂക്ഷ്മമായ്
നോക്കിപ്പിടിക്കണേ ജാരനെ.
■

സൂര്യകാന്തി

വാട്സപ്പിൽ നെടുവീർപ്പ്.
ഞാനൊരു സൂര്യകാന്തി വരച്ചു.
പതിവുള്ള ആ ചുവന്ന പൂവില്ലേ,
പ്രത്യാശയുടെ പനിനീർ ദലം?
ഓ, കാണുന്നില്ല. എനിക്കിപ്പോൾ
സൂര്യന്റെ മുള്ളുകളാണ്.

ഇതു ജീയുടേതുപോലെ!
അല്ലല്ല, പേരു മാറ്റാം സൂര്യരൂപിപ്പു.
അതേ മഞ്ഞച്ച തൃഷ്ണകൾ
മുള്ളഴകിൻ ഉൾമുനകൾ
അവനവളിൻ ലിംഗരൂപകം.

കവിൾമിനുപ്പല്ല, ചോരയിറ്റും
യോനീദളമല്ല, ചുണ്ടിൽ വിരിയില്ല.
നെഞ്ചിലുണ്ടെന്ന സാറ
വിടരുന്ന പെൺപിറവിയായി.
തരിക്കും ആൺമുലപ്പരപ്പിലും.

ഇരുപത്തിനാലു പർഗാനയി
ലൊരു വയൽ നിറഞ്ഞു ത്തുവി
ഋതുപർണയെന്നവളവൻ

സൂര്യത്രുപിപ്പൂവുകൾ നട്ടു
ഞാനൊന്നിറുത്തെടുത്തു.

വാട്സപ്പിലതു സൂര്യകാന്തി.
സൂര്യകാന്തികളുടെ നഗരം വരച്ച
സുഹൃത്തിനും ജീക്കുമപ്പുറം
വെയിൽ നാളങ്ങളാളിയുടലിൽ
കൊത്തിയ ഋതുനിശ്ചയം!

ചൂടാറില്ലാത്ത വാക്കുകൾ
പറിച്ചു നൽകുമ്പോളത്യാനന്ദം
ചുട്ടുപൊള്ളുന്നിടത്തൊരു
പൂമണം, വെയിലഴക്.വിളക്കു
കാലൂർന്നിടത്തൊരു പൂവെളിച്ചം.

ഉടലാണു കണ്ടെടുത്തതു
തന്നെ മൊഴിമാറ്റുന്ന രൂപകം
ഞാനേതോ പഴയ പാർക്കിലെ
സിലോൺ റേഡിയോയിൽ
കേട്ട പൂവുകൾ തരം തിരിക്കുന്നു!
■

പ്രണയിയുടെ മ്യൂസിയം

മുറിനിറയെ
ചില്ലുഭരണികൾ.
വിശാലമായ ചുമരലമാറ
ക്യൂറേറ്റർ പ്രണയിയുടെ മ്യൂസിയം.
ശബ്ദത്തിന്റെയും ശരീരത്തിന്റെയും ശേഖരം.

അഴിച്ചെടുക്കും
സൂക്ഷ്മശ്രദ്ധയോടെ.
ശബ്ദത്തിന്റെ ഇഴകളാകുമാദ്യം.
ചൊല്ലിപ്പറഞ്ഞതും പാടിത്തിമർത്തതും.
പിന്നെയുടലുടവുകളോരോന്നായി അടർത്തും.

ശബ്ദഗ്രാഹിയിൽ
എത്രതരം ശബ്ദങ്ങൾ!
'നാമെപ്പോഴേ കാണേണ്ടതായിരുന്നു'
ആദ്യ കാഴ്ച്ചാ കൺഭാഷണമതേ ചൂടാർന്ന്
തുടരുന്നു, 'നമുക്ക് കോഫിഹൗസിലിരുന്നാലോ?'

ശബ്ദം അതിന്റെ
അഭാവഭാഷയിലുമുണ്ട്.
പരിഭാഷപ്പെടുത്തുമെന്റെ സ്വനഗ്രാഹി.

തൊട്ടടുത്തു കായലോളങ്ങൾ പതുങ്ങുന്നു.
പിടിവിട്ടുകൂടാ, ചായയിലതു ചിതറിയെങ്കിലോ.

ഓരോ വിതാനത്തി-
ലിടറിയൊഴുകുന്നുണ്ടവൾ
കാറ്റിനെ മാടി ശബ്ദസ്നേഹിത.
ഉടലിൽനിന്നൂരിയ ഞരമ്പുകൾപോ,ലിതാ
ഞാനിങ്ങു ചായ്ച്ചുകെട്ടിയ ഡിജിറ്റലാഖ്യാനം.

അവളതൊക്കെ
മറന്നു കാണണം, പഴയ
കത്തുകൾ തിരിച്ചു വാങ്ങിയപോൽ
പറഞ്ഞതത്രയും പിൻവലിച്ചു കാണണം.
ഏന്റെ സൂക്ഷിപ്പിന്നറകളിലാവുമപസങ്കേതനം.

ഒരൊറ്റ വാക്കും
അടർന്നു പോയില്ല.

ഇവിടെയുണ്ടുടൽ പുണർന്നു നിൽക്കും
ശബ്ദസ്നേഹിത, അവൾക്കുടലു വേണ്ടിനി.
ഇടഞ്ഞുനിന്നതെടുക്കണം ചോരപൊടിയാതെ.

ഉടലിലെന്തു
ണ്ടധിക ജീവിതം?
അവളതിൽ ഗാനം വിളയിച്ചതല്ലേ
അവളതു കൊയ്തുമനവധി നറുങ്ങു ഛായക
ളതി ലളിതമായി പകർന്നു തന്നില്ലേ?

ഓരോ ഭരണിയി-
ലുടലിൻ പാളികൾ
അതു വരച്ചതുപോലതി ചതുരം.
കൺവെയിൽതട്ടി ചുവന്നിരിക്കുന്നു
വലിയ മൂക്കും കുതികൊള്ളുന്ന മുലകളും.

വിയർത്തുഴുത
വയലുകളെങ്ങ്
മാടിയ നേർത്ത വരമ്പുകളെങ്ങ്
മഴയിൽ ചൂളിയ മരച്ചുവ,ടിളം ചൂട്ടു
വമിക്കും നീരൊഴു,ക്കതിൽ തടയണയെങ്ങ്?

നിനക്കൊപ്പ
മൊരു ദേശം
അതെൻ പ്രണയദേശമാകുന്നു
അതിൻപടമെന്റെ അറയിൽ തൂങ്ങുന്നു.
ശബ്ദവും ശരീരവുമായി പകുത്ത രാഷ്ട്രം.

അറുതിയി-
ല്ലെൻ പ്രണയമേ
നിനക്കു പാർക്കുവാൻ മതി മ്യൂസിയം.
ക്യുറേറ്റെൻകാലം പണിത സ്മാരകം.
അതിൽനിന്നു ഞാനും തിരിച്ചുപോകില്ല.
■

മുലകൾ

ചിറകൊതുക്കിയ മുലകളേ, പറന്നുയരുമോ,
പിടയ്ക്കും വേഗങ്ങൾ
തട തകർക്കുമോ?
മുറുകും പാൽഞരമ്പറുത്തു
ജീവ തിടുക്കങ്ങൾ കുതിച്ചുയരുമോ?
ഹൃദയത്തിൻ മൃദു ഭാഷണം
പൊടുന്നനെ നിലച്ചു പോകുമോ?

ഒരു നദി മെല്ലെ വരണ്ടുണങ്ങും
പോലെ, മരച്ചില്ലയിൽ ഗാനം
നിലച്ചുപോകും പോലെ, വിരലിൽ മുട്ടി
വെയിൽത്തിര വരൂ പ്രിയാ
യെന്നു ക്ഷണിക്കും പോലെ, പിൻ
നടത്തത്തിൻ കാലമതിവിചിത്രമേ.

ഉടലിൽ പക്ഷേ, ഞാനൊരുക്കി
വെച്ചില്ലേ വരുംകാലപ്പച്ച, പുതുപാലിൻ
മണം, മൃതകോശങ്ങളെ
യുണർത്തുവാനിറ്റു ജല,
മഴിച്ചു തീർക്കുവാനെളുപ്പമല്ലാത്ത
പ്രണയനാരുക,ളാരുമേന്നുണയുവാ
നില്ലാത്ത വെളിച്ചത്തിൻ കാമ്പ്.

അതെന്നിൽ കിളുർത്തതാവില്ല,
ഉടലിലെപ്പൊഴോ പതിഞ്ഞു കൂടിയ
പറവകൾ, പറക്കുവാനെന്നിൽ
കൊതികൊരുത്തവ,രുയരങ്ങളെ
കൈവെള്ളയിൽ പകുത്തവർ!
വിടർന്ന സൂര്യകാന്തികൾ, വരും
സൂര്യകാലങ്ങളെ കൺപാർത്തവർ!

വരിഞ്ഞു കെട്ടുമ്പോൾ പുറം
കുതിപ്പുകളടക്കിയെന്നുഞാ
നഹങ്കരിച്ചുവോ, തീരെപ്പതുക്കെ മാത്ര
മെന്നിംഗിതങ്ങളെ മെരുക്കിയോ?
മറ്റൊരാളിലതിൻ വ്യാകരണപ്പൊരുൾ
പകരാതെ യമർത്തിവെച്ചുവോ?
സ്വയം ചതിച്ചുവോ?

ഭയന്നിരുന്നു ഞാ, നേതു നിമിഷവും
പൊട്ടിത്തെറിക്കില്ലേ,
വരിഞ്ഞു കെട്ടിയ സാഹസങ്ങ,
ളതിൻ രാസസൂത്രങ്ങളറിയാതെ
വന്നെടുക്കുമ്പോ,ളതിക്രമി
ച്ചതിർ തുരക്കുമ്പോൾ വെറും പറവക
ളുടൽ പിളർന്നു പൊങ്ങില്ലേ! ഞാ
നതിൻകൊക്കിൽതന്നെ
പിടഞ്ഞു തീരുമോ?

അഴിച്ചുമാറ്റട്ടെയുടുപുടവകൾ
മുറുകിനിൽക്കുമനേക കോശങ്ങൾ
ശരങ്ങൾ പോലെ തറഞ്ഞ ശാസനാ
ശകലങ്ങ, ളദൃശ്യമാം വഴക്കങ്ങൾ.
പറന്നു പോകട്ടെ മുലകളതിൻ
ചിറകുകൾ വകഞ്ഞെടുക്കണമാദ്യം.
അനേകനാരുകൾ പടർന്നല്ലേ മണ്ണിൽ
പതിഞ്ഞിരിക്കുന്നു സൂര്യശിരസ്സുകൾ!
■

ഉടുപ്പു മാറുമ്പോൾ

ഉടുപ്പു മാറുമ്പോൾ
നടപ്പു മാറുന്നു
ഉടൽനടുക്കങ്ങൾ
വഴി പുതുക്കുന്നു.

നടക്കേണ്ടും വഴി
യകത്തലയക്കുമ്പോൾ
ഉടുപ്പതിൻ തിര
യിളക്കമായതാം.

വിരലുകൾ നഖ
മഴിച്ചു രാകുന്നു
മുടിയിഴകളെ
വിടർത്തിപ്പിന്നുന്നു.

അഴിഞ്ഞ പേശികൾ
നിവർന്നുയരുന്നു
ചകിത നേത്രത്തിൽ
കനലു പായുന്നു.

കവിളിൽ ചുംബന
വട്ടുകൾ മായുന്നു

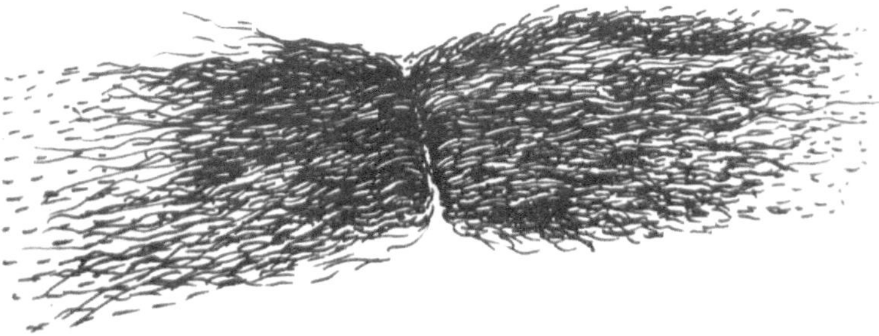

ഭയന്ന മാറിലെ
കിതപ്പമരുന്നു.

ചുമലിൽ കൈപ്പാടു
പൊരിഞ്ഞു തീരുമ്പോൾ
നകത്തിൻ ശാസന
യകന്നു പോകുന്നു.

നെറുകയിലുമ്മ
യനുഗ്രഹപ്പെട്ട-
ളുരുകി വീഴുന്നു
കുതറിപ്പോരുമ്പോൾ.

തെരുതെരെ വീണ
യനേക സ്പർശങ്ങ
ളടിഞ്ഞു കൂടിയ
ചുമരഴിയുന്നു.

ഇരുട്ടുതാനല്ലോ
വഴിഞ്ഞൊഴുകുന്നു
വെളിച്ചംകൊണ്ടുടൽ
പണിഞ്ഞു തീർക്കണം.

വെളിച്ചത്തിന്നിഴ
പലമട്ടാകയാ
ലുടുപ്പിലുമുണ്ടാം
നിതാന്ത വൈചിത്ര്യം.

ഉടുപ്പു മാറുമ്പോൾ
ഇരുട്ടു മാത്രമാം.
വെളിച്ചത്തിൻ കറ
കളഞ്ഞ സത്തയാം.

അതിനകത്തെന്നു
മമർന്നിരിപ്പുണ്ടാ
മടിഞ്ഞ തൃഷ്ണകൾ
മുളയ്ക്കും വിത്തുകൾ.

ഉടുപ്പു മാറ്റങ്ങ
ളതിൻ പടർപ്പുക
ളദൃശ്യവാങ്മയ
മുടൽച്ചുറ്റിൻ ലയം.

അതിന്റെ കാന്തിക
ഭ്രമണസന്ധികൾ
ഉടലിലെമ്പാടും
ചുഴലി തീർത്തിടാം.

ഉടുപ്പു മാറുമ്പോ
ളുടലല്ലേ മാറി?
ഉടലകത്തിരു
ന്നിരുളല്ലേ പാടീ?

■

ഉമ്മകൾ

ഒപ്പമുണ്ടെന്ന്
ആശ്വസിപ്പിക്കാൻ
അവളുച്ചരിച്ച വാക്കുകൾ
വാതിൽപ്പടിയിൽ തട്ടിനിന്നു.

വാക്കിലവൾ
വെപ്രാളപ്പെട്ടു നിറച്ച
ഉമ്മക്കൊട്ടകൾ
ചെരിഞ്ഞു വീണു.

നെറുക മുതൽ
കാൽവിരലുകളോളം
ഉരുണ്ടുരുണ്ടു പോകാറുള്ള
പലമട്ടുമ്മകൾ.

ചുട്ടുപൊള്ളുമ്പോൾ
തണുപ്പേകുന്നവ
മരവിച്ചു മയങ്ങുമ്പോൾ
ചൂടു നിറയ്ക്കുന്നവ.

എത്തുന്നിടത്തൊക്കെ
സൂചികളാഴ്ത്തുന്നവ.

ചുണ്ടുകളിൽ വന്നു
പൊട്ടിത്തെറിക്കുന്നവ.

എന്തു പറ്റിയെന്ന്
അവൾ ഓടിവന്നു.
ഉരുണ്ടു കളിക്കുന്നുണ്ട്
എമ്പാടുമുമ്മകൾ.

തന്റെ തന്നെയോ
എന്നവൾക്കു വിസ്മയം.
അടിച്ചുവാരി
പറമ്പിലിട്ടേയ്ക്കാം!

ഇനിയുമുണ്ടല്ലോ
നാളുകൾ, വിശ്രമിക്കു
വരും, കൊതികളിൽ
പൂ പിടിപ്പിക്കും കാലം.

മുൾവേലിയോടു
ചേർന്നുമ്മകൾ
മുളയ്ക്കാതിരിക്കില്ല.
ഞാനതു വിളയിക്കാം.

കിളിവാതിലിലൂടെ
നിങ്ങളതു
കാണാതിരിക്കില്ല.
ഞാനതിലാനന്ദിക്കാം.

ഒറ്റയ്ക്കല്ലെന്ന്
ഓരോ നാമ്പും
നിങ്ങളോടു പറയും.
വേലിയിലതു വിളയും.

വാതിൽക്കൽ വന്നു
മടങ്ങിയ വാക്കുകൾ
അനേക മണമുള്ള
ഉമ്മകളുമായ് വീണ്ടും വരും.

അപ്പോഴേയ്ക്കും
ക്വാറന്റെയിൻ തീരുമല്ലോ.
■

മറ്റൊരാൾ വരുംവരെ

അവൻ നമ്മുടെ രക്ഷകനാണ്
മറ്റൊരാൾ വരുംവരെ.
മറ്റൊരാൾ എങ്ങനെ എപ്പോൾ
ഉണ്ടാവുമെന്ന് ചോദിക്കരുത്
അയാൾ വരുംവരെ.

കാണാത്തവന് അവൻ കാഴ്ച്ച
മുടന്തുന്നവന് കാലുകൾ.
കൂനവൻ നിവർത്തും.
കടലിൻ മീൻ കോരും.
ആടുകളെ പോറ്റും.

മലകൾ പിഴിഞ്ഞു വീഞ്ഞുണ്ടാക്കും.
വയലുകളിൽനിന്ന് അപ്പവും.
എല്ലാമിവന്റെ രക്തവും മാംസവും
തിന്നുവിൻ പിശാചുക്കളെ
എന്നു കൽപ്പിക്കും.

അയാൾതന്നെ ജനിച്ചുകൊണ്ടിരിക്കും.
ഇപ്പോൾ ഇതിലേ പോയി
ഇന്നലെ ആകാശത്തു കണ്ടു.
പണ്ടു കരിശുകൾ പവിത്രമാക്കി
എന്നിങ്ങനെ പാട്ടുകൾ കേട്ടു.

വയലുകൾ കള മൂടിയപ്പോൾ
കള്ളികൾ പൊന്തി നിലവിളിച്ചപ്പോൾ
അവന്റെ കാതുകളടഞ്ഞു.
കുഞ്ഞുങ്ങളുടെ രക്തം വഴിയിൽ
കലമ്പുന്നത് അവൻ കേട്ടില്ല.

മീൻപിടുത്തക്കാരോടൊപ്പം
അവനുണ്ടായിരുന്നു.
പടവുകാരോടൊപ്പവും
വട്ടിപ്പലിശക്കാരോടൊപ്പവും
അവനെ കണ്ടവരുണ്ട്.

വറുതിയുടെ കാലത്ത് യാത്ര പോയി
മഴയോടൊപ്പം തിരിച്ചു വന്നു
പച്ചിലകളിൽ മന്ദഹസിച്ചു
പൂമ്പാറ്റയായി പറന്നെത്തി
പുഴുവായി അരിച്ചുപോയി.

അവനെയല്ലാതെ ഒന്നും കണ്ടില്ല
ആകാശത്തെ മിന്നലിൽ, കടലിലെ
സുനാമിയിൽ, മലകളിലെ
ഉരുൾപൊട്ടലിൽ, നദികളിലെ പ്രളയത്തിൽ.
അവനോ കാഴ്ചയറ്റു.

തീബ്സിനെ വിഴുങ്ങിയ തീ പോലെ
ഒരു ഗോളം ഭൂമിയിലേക്കു വരും
അവനേയുള്ളു വെളുത്തു നീണ്ട
കൈകളുയർത്തി തടയാൻ
അവന്റെ കൈകളനങ്ങുന്നില്ല.

കൊള്ളക്കാരിൽനിന്ന്
മുതലും പലിശയും തിരിച്ചു വാങ്ങും.
കീറിമുറിച്ച ഉടലുകൾ തുന്നിച്ചേർക്കും.
വ്യാജരക്ഷകരെ വെട്ടിക്കൊല്ലും
ശിഷ്യർ പറഞ്ഞുകൊണ്ടിരുന്നു.

അവനെത്തീണ്ടിയ ചാട്ടകൾ
അവനുവേണ്ടി സംസാരിക്കും.
അവനെ മുറിച്ചു കേറിയ
ക്രൂർപ്പൻകോലുകൾ
അവനുവേണ്ടി സംസാരിക്കും.

അവനെയറിയാൻ
അവൻ തീർത്ത മുറിവുകൾ മതി
തണുത്ത രക്തത്തിൽ കാലൂന്നി
തീഗോളത്തെ തടയാനാവണം
അവനതാ കൈകൾ പൊക്കുന്നു.

അവനാണ് രക്ഷകൻ
അവനേയുള്ളൂ രക്ഷകനായി
വരാനിരിക്കുന്നവരിൽ
അവനെക്കാൾ യോഗ്യരുണ്ടാവില്ല.
അവരാരും ചെരിപ്പ ധരിക്കില്ല.

അവന്റെ ശിഷ്യർ കൊട്ടിപ്പാടുന്നു.
മലമുകളിൽ ക്രൂർപ്പൻകോലു കുത്തുന്നു.
വയലുകളിൽ കള്ളിക്കു തീയിടുന്നു
കടലരിക്കാൻ വലനെയ്യുന്നു
അവനെഴുന്നേൽക്ക വയ്യ!

■

പ്രാർത്ഥന

എന്റെ ശബ്ദത്തിൽ
എനിക്കു വിശ്വാസമില്ല.
അതെത്രയോ ദുർബ്ബലം.
പറയേണ്ടതു വേവിച്ചെടുക്കാൻ
പാകംവന്ന പാചകക്കാരനല്ല ഞാൻ.

എങ്കിലുമെനിക്കു
വിശക്കുമ്പോഴുണ്ണണം.
വിശപ്പാറിയാൽ വിനോദിക്കണം.
ഫെയ്സ് ബുക്കിൽ നിറയണം.
വാട്സപ്പിൽ കവിയണം.

എന്റെ വാതിലുകൾ
ആനന്ദങ്ങളിലേയ്ക്കു തുറക്കണം.
വഴിനീളെ ലൈക്കുകൾ പൂക്കണം.
അണിഞ്ഞിട്ടേയില്ലാത്ത കുപ്പായത്തിന്
ചുവന്ന തൊങ്ങലുകൾ കിളുർക്കണം.

എന്റെ ശബ്ദത്തിൽ
എനിക്കു ചിരിക്കാനോ കരയാനോ വയ്യ.
എന്റേതായ ഒന്നും എനിക്കു മതിയാവില്ല.

വെട്ടിയൊട്ടിക്കാൻ വാക്കും മുഖവും വേണം.
പ്രതിരോധിക്കാൻ ഒരു കൊട്ട തെറിവാക്കും.

എന്റെ രക്ഷകാ, പ്രാണനേ
എന്റെ വാക്കിൽ വന്നു തെളിയണേ.
നിന്റെ പതാകകൊണ്ടെന്നെ തഴുകണേ.
നിന്റെ രഹസ്യങ്ങളുടെ കാവൽക്കാരനായി
എന്നെയെന്നും കാത്തുകൊള്ളണേ!
■

ചരിത്രം

കളിക്കുടുക്കയിൽ
പുതുകളി വന്നു.
തലകൾ ചേരുന്ന
കളങ്ങളിൽ ചേർക്കാം.

ശിരസ്സുകൾ വെട്ടി
വരൂ കിടാങ്ങളേ,
തിരുടൻ പൊലീസും
കളം നിറയട്ടെ.

കളിവഴപ്പള്ളോർ
പൊലീസുവേഷത്തിൽ
തലയെടുപ്പള്ളോർ
തിരുടൻ നിശ്ചയം!

ഫക്കീറു വേഷത്തിൽ
തിരുടനാവണം!
പരിഷ്കാരിപ്പയ്യ-
നധികാരിയാവാം.

പിടിച്ചു കെട്ടടാ
തിരുടനെ വേഗം.

അവനൊഴിയല്ലേ
വെടിയിൽ വീഴ്ത്തേടാ.

വടി കുത്തി പോവും
പടുവൃദ്ധൻ വ്യാജൻ
അവനെ പൂട്ടുവാൻ
വിനായകനുണ്ട്.

പടമിടുക്കള്ളോ-
രധികാരമാളും
കർമ്മ ധീരർ പെരും
കള്ളരാവണം.

ചരിത്ര പുസ്തകം കു
ത്തഴിച്ചു വെച്ചാണു
പടങ്ങൾ വെട്ടിനാം
കളി തുടങ്ങുന്നു.

കളങ്ങളൊന്നുമേ
യൊഴിഞ്ഞുപോവല്ലേ
പടങ്ങൾ ചേരുന്ന
കളങ്ങൾ കാണട്ടെ.

കളിതുടർന്നപ്പോൾ
പകർന്ന വേഷങ്ങൾ
ചരിത്രജീവിതം
നുണക്കഥയാക്കി.

കളങ്ങൾ കള്ളികൾ
പല നിറത്തിലായ്.
ചരിത്രനായകർ പ്രതി-
നായകരെന്നായ്.

കുരുന്നു മക്കൾക്ക്
കഥയറിയുമോ?

പടംവെച്ചകളി
യവരെ തോൽപ്പിക്കാം.

കളിക്കുടുക്കയിൽ
പുതുകളിയെന്നും
തലകൾ ചേരാത്ത
കളങ്ങളിൽ ചേർന്നു.

പടംവെട്ടിച്ചേർത്തു
കളിക്കും കുട്ടികൾ
തലവെട്ടിച്ചേർക്കും
കളിയിൽ മിന്നുന്നു.

ചരിത്രമിങ്ങനെ
തലവെട്ടിക്കളി
പടമിട്ടുക്കളേളാർ
പകർന്നാട്ടും കളി.
■

ചോദ്യവും ഉത്തരവും

ഒരാൾ ചോദിച്ചു:

അരുതായ്കകളും
അരുതായ്മകളെ വെളുപ്പിക്കുന്ന
അധികാരസ്വരൂപങ്ങളും
അതിസാധാരണമാകുന്ന കാലത്ത്,
അവ മാത്രം നിറഞ്ഞ
ഒരു ലോകത്ത്
ഒന്നിന്റെയും മുള്ളു കൊള്ളാതെ,
മുറിവേൽക്കാതെ, ചോരപൊടിയാതെ
വേറിട്ട് ജീവിക്കാനാവുമോ?

ഏതു കളത്തിൽ ചവിട്ടാം?
ഏതു വഴി കയറാം? ഇറങ്ങാം?
ഈ ശ്രദ്ധയുടെ അരികുകളാണോ
ജീവിതത്തിന്റെ അതിരുകൾ?
വരയ്ക്കാമോ ഒരാളുടെ ജീവപടം?
ആശങ്കകളുടെ ഭൂപടം?

ഒരു കള്ളിയിൽ കോഴക്കാരനൊപ്പം.
അടുത്തതിൽ കയ്യേറ്റക്കുസൃതി.
ഒന്നിൽ ബലാത്സംഗിയുടെ
ശൃംഗാരനടനം.

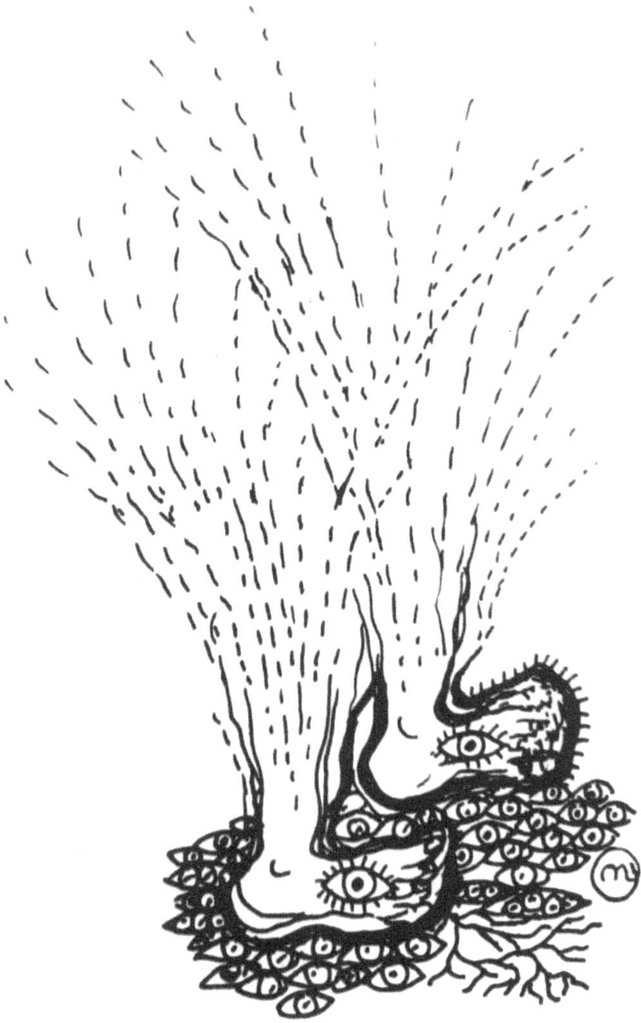

അടുത്തതിൽ കൊലയാളിയുടെ
ചോരച്ചിരി.
എവിടെയും
വരൂ വരൂ എന്ന് സ്നേഹാശ്ലേഷം!
നന്മയോളം ക്രൂരമല്ല തിന്മയൊന്നും!
ആനന്ദങ്ങളെ കെട്ടഴിച്ചുവിടുന്ന
ഇന്ദ്രജാലങ്ങൾ!

നേരായ വഴികൾക്ക്
എത്ര വളവുകളാണ്.
ഓരോ വളവിലും
എത്രയേറെ ഉത്കണ്ഠകളാണ്.
ആനന്ദങ്ങളെ ഭയക്കണം.
ദുഃഖങ്ങളെ ഭയക്കണം.
തുറുകണ്ണുകളിൽ വേവണം.
സിദ്ധാന്തങ്ങളിൽ പൊരിയണം.

തെറ്റായ വഴികളോളം
നേർവഴികളേതുണ്ട്?
ഓരോ വളവിലും കുതിപ്പുകൾ.
ഓർക്കാപ്പുറത്ത് ആനന്ദങ്ങൾ.
ഉരുകിത്തീരുന്ന ദുഃഖങ്ങൾ
കണക്കെടുപ്പില്ലാത്ത കാഴ്ച്ചകൾ.
സിദ്ധാന്തങ്ങൾ വലിച്ചെറിഞ്ഞ
പിന്നാമ്പുറങ്ങൾ.
പഴയതിന്റെ പ്രൗഢിയാർന്ന പുതുമകൾ.
സത്യംപോലെ തിളയ്ക്കുന്ന നുണകൾ.

ഇരുട്ടിലിരിക്കു
വെളിച്ചം തേടി വരും.
തടവിലിരിക്കു
സമ്പത്ത് ഒഴുകി വരും.
മണ്ണും ചാരിയിരിക്കു
തണൽ വൃക്ഷങ്ങൾ തെഴുക്കും.
അദ്ധ്വാനിച്ചാൽ വെറും മണ്ണാവും.

അലസനോ രാജയോഗം.
ഇതാകുമോ നവ നവോത്ഥാനം?

ആ ഒരാൾക്ക് മറുപടിയില്ല.
കാരണം,
അയാൾക്ക് സ്വസ്ഥതയിൽ
ഉറക്കമില്ല.
ചോദ്യങ്ങളിലേ അയാൾ ജീവിക്കൂ.
ഉത്തരങ്ങൾ അയാൾക്കു ചിതയാകും.
■

സ്മരണ

പൊക്കനെപ്പറ്റി നീ എന്തെഴുതി?
മാതയും നാണിയും ചോദിക്കുന്നു.

പൊക്കന്റെ കൂര പുൽമാടമല്ലേ?
കട്ടപ്പൊരിവെയിൽ കാർന്നതല്ലേ?
വറുതി പകുത്തു പുലർത്തിയില്ലേ
അഭയം തിരക്കിയണഞ്ഞവരെ?

അവരുടെ ശിഷ്യ പരമ്പരകൾ
കൂര വെൺമാടമായ് മാറ്റിയില്ലേ?
പൊക്കനും തമ്പ്രാനും കുമ്പിൾ മാറ്റി
ഒറ്റത്തളികയിൽ കൂടിയില്ലേ?

പൊക്കനെയോർക്കുവാനെന്തു കാര്യം?
വാർഷികനാളേതെന്നോർമ്മയുണ്ടോ?
പൊക്കനു സ്മാരക സ്തൂപമില്ല?
പോരും സഹനവും സ്മാരകങ്ങൾ.

നിൽക്കട്ടെ, പൊക്കന്റെ കൂട്ടുകാരേ
നിങ്ങൾക്കുമില്ലല്ലോ സ്മാരകങ്ങൾ.
ഏന്തിവലിഞ്ഞു വരുന്നതെന്തേ?
പൊക്കനെക്കേൾക്കെപ്പുളകമായോ?

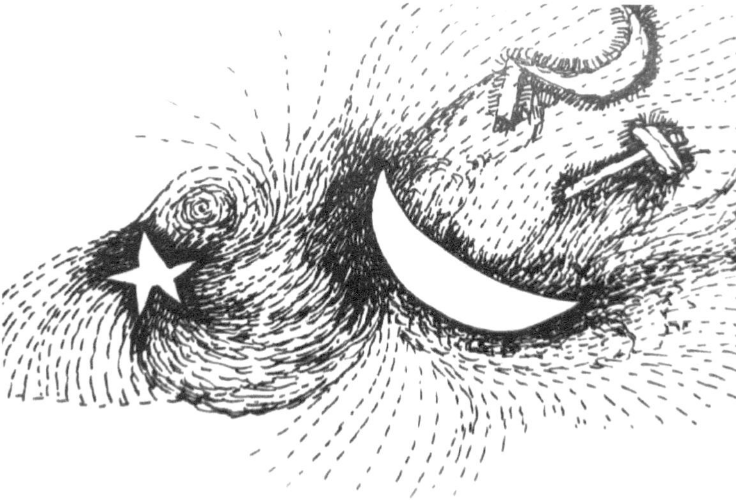

മാതയും നാണിയുമെപ്പോൾ കണ്ടു?
പുസ്തകത്തിൽ പണ്ടു കണ്ടിരുന്നോ?
ഒന്നിച്ചൊരുവഴി പോയിട്ടില്ല
പ്രാക്കും പുരാതിയും ചൊല്ലീട്ടില്ല.

ഒറ്റക്കൊടിയിലിഴകളായി
ഒറ്റനക്ഷത്രത്തിൻ മുനകളായി.
ഒന്നിച്ചിഴകോർത്ത ജീവിതത്തിൻ
കണ്ടുമുട്ടാത്ത സഖാക്കളായി.

അവരേ വയലായി, വിളകളായി
അവരേ കുടിനീരിന്നുറവയായി
അവരെപ്പൊരിച്ചില്ല വേനലൊന്നും
അവരിൽക്കവിഞ്ഞില്ല വർഷമൊന്നും.

എല്ലാവരുടേതുമായി എല്ലാം
മാറുന്ന നാളിന്റെ വിളവെടുപ്പ്.
ഇച്ഛകൾകൊണ്ടു പണിത വീട്ടിൽ
കാലം കടന്നൊരു കാത്തിരിപ്പ്.

ഗാന്ധിക്കു മോതിരം നൽകിയോൾക്കു
വീട്ടിലിരിപ്പുണ്ടു പൊന്നു വേറെ.
ദാനകർമ്മങ്ങൾ വിശുദ്ധമാകും
ജീവിതം നൽകുമ്പോൾ രക്തസാക്ഷി.

പാർട്ടിക്കു ജീവനോപാധി നീട്ടി
മാത കൊടുത്തതു തന്റെ ജീവൻ.
തുപ്പുവേലയ്ക്കുള്ള കോഴയല്ല.
പിൻവാതിലിൽ ചെന്നു നിന്നുമില്ല.

നാണിയോ പെൺകരുത്താണു റഷ്യൻ
ചെമ്പൂരം കാണാൻ കൊതിച്ചതാണ്.
ചോപ്പിന്റെ വിത്തുകൾ പാകിപ്പാകി
സോവിയറ്റാകുവാൻ കാത്തതാണ്.

നാണിമിസ്ട്രസ്സിൽ കനലു നീറി.
മാതമാരെത്രയോ പടനയിച്ചു.
ചെങ്കൊടി തമ്പ്രാക്കൾ കൊണ്ടുപോയി
റഷ്യയിൽ കൊടിമരം നട്ടുവൊടിഞ്ഞു.

മാതയും നാണിയും പൊക്കനൊപ്പം
നാട്ടു കവലയിലുണ്ട് നിൽപ്പു.
വെട്ടിയും കൊന്നും പകക്കണക്കിൽ
കവലയിൽ പൊങ്ങാത്ത സ്മാരകങ്ങൾ.

അവരെക്കുറിച്ചു ഞാനോർക്കുന്നുണ്ടോ
അപ്പഴന്താളുകൾ ചിതലെടുത്തോ?
പാലോറ മാതയും നാണിയും പൊക്കനും
കണ്ട കിനാവുകൾക്കർത്ഥമുണ്ടോ?

■

ഗുവേരക്കൊടി

നീതിയുടെ പുസ്തകം തൊട്ട്
കൈവെന്തുപോയ കുട്ടികൾ
നിത്യതയുടെ ആനന്ദത്തെ
തുറന്നു, സായാഹ്ന സംവാദം

പുസ്തകത്തിലെ സമരത്താൾ
മറിക്കെത്തടഞ്ഞ കൊടിമരം
മുറ്റത്തു നാട്ടി പ്പുളകം തേച്ച്
കൈകൊട്ടുന്നു ഭൂതങ്ങളേ.

മരിച്ചവർ വന്നു കൈകൊടുത്തു
ഞാൻ ഗുവേര, നിന്റെ പ്രാണ
ബ്രാന്റ്, വിപ്ലവക്കട്ടും കാപ്പി
മോന്തണമൊന്നിച്ചൊരുവട്ടം.

അതിനില്ല, കാപ്പിക്കടയും ചുരുട്ടും
പുകച്ചുരുൾ വലയങ്ങളായ്
മേഞ്ഞു മേഞ്ഞു പോമശാന്ത
താഴ് വാരം നിന്റെ കണ്ണേ ഭയം!

വരേണ്ട നീക്കൂടെ, വെറുതെ
ഭാവിക്കാമൊപ്പമുണ്ടെ

ന്നതീത വീറിൻ വീരാകാര
മൊളിപ്പിച്ച കാരുണ്യമഭയം.

പിറകിൽ തീ കൊളുത്തിപ്പാഞ്ഞ
ഭൂഖണ്ഡാന്തര യാത്രകൾ
ബാക്കിയാക്കിയ പുകക്കൂട്ടിൽ
കണ്ണുമന്ദിച്ചവർ കുട്ടികൾ.

കൊടിമരത്തിൽ നിന്റെ പേര്
കൊടിയടയാളം നിൻ മുഖം
കൊടിയേറ്റുന്നതു നിന്റെപേശികൾ
കൊടിക്കനവിലോ വെടിയുണ്ടകൾ!
■

നീതി

നീതി ഒരു പെൺകുട്ടിയായതേയുള്ളൂ.
ഒറ്റപ്പെട്ടവളേയെന്നു ജനക്കൂട്ടം വിളിച്ചു.
അളിഞ്ഞ ആണഹന്തയ്ക്കു മേൽ
അവളുടെ തീവിരൽ നൃത്തം ചെയ്യുന്നു.

ശിരസ്സിൽ കൊമ്പുകൾ മുളച്ച
പിശാചിനെ അവൾ വട്ടം കറക്കി.
നെറുകയിൽ തീപ്പന്തം കുത്തിയിറക്കി.
വരിയുടയ്ക്കപ്പെട്ട കഴുതകൾക്കുമേൽ
കെട്ടിയിരുത്തി നഗരം ചുറ്റിച്ചു.

ആ നിമിഷംവരെ നിശ്ശബ്ദമാക്കപ്പെട്ട
ആൾക്കൂട്ടം പൊടുന്നനെ പൊട്ടിച്ചിതറി.
അന്ധൻ ആകാശം കണ്ടു.
മുടന്തുന്നവൻ വേഗമറിഞ്ഞു.
മൂകപഥം പദാശയമായി.

നീതിയുടെ പെൺവൃക്ഷം
ശിഖരങ്ങളുടെ പാളങ്ങൾ നിവർത്തി.
ഇലകൾ കാറ്റുകളഴിച്ചുവിട്ടു.
വേരുകളിൽ മഴപ്പാട്ടുകൾ തിണർത്തു.
ഉഴവുചാലുകളിലന്നം വിളഞ്ഞു.

നീ എന്നോടു പറഞ്ഞതിന്റെ പൊരുൾ
ഞാൻ നിനക്കുമേൽ പെയ്യും.
നീ എന്നോടു ചെയ്തതിന്റെ നീറ്റൽ
ഞാൻ നിനക്കുതന്നെ തിരിച്ചുതരും.
നിന്റെ നിയമങ്ങൾ നിന്നെ ശിക്ഷിക്കും.

സർവ്വസംഹാരകന്റെ നെഞ്ചിൽ
പെൺകുട്ടിയുടെ പാദങ്ങൾ കനത്തു.
നദികളൊന്നൊന്നായി തടം മുറിച്ചു.
വയലുകളിൽ രൂപംകൊണ്ട വേഗങ്ങൾ
തെരുവുകളിൽ വീശിയടിച്ചു.

താൻതന്നെ നിയമമെന്നും
താൻതന്നെ ന്യായാധിപനെന്നും
ഒച്ചവെച്ച ദൈവങ്ങളെവിടെ?
താൻതന്നെ വേദമെന്നും
താൻതന്നെ നീതിയെന്നും
ഒച്ചവെച്ച വൈതാളികരെവിടെ?

കർക്കിടകത്തിൽ വായിക്കാനിതാ
മഴക്കോളുകളുടെ പുസ്തകം.
ഒരു പെൺകുട്ടി ഉറക്കെ വായിക്കുന്നു.
സകല ഉച്ചഭാഷിണികളും വാ തുറക്കുന്നു.
നീതിയുടെ പെണ്ണുര വേദം മുറിക്കുന്നു.
■

ജയ്പ്പൂരിൽ

സുഭാഷ് ചൗക്കിലൊരു പഴയ മാളിക
മൺകട്ടകൾകൊണ്ടു പണിതത്.
കൽവിടവുകൾ പിളർന്നു പന്തലിച്ച
പിച്ചകം, കോച്ചും തണുപ്പാർന്ന രാത്രി.

നഗരത്തിലിങ്ങനെ കാത്തിരിക്കുമോ
കാലം കടന്നൊരു രാജകുമാരി.
അകത്തവളുടെ വിശാലമാം കിടപ്പറ
ജനൽക്കമാനങ്ങളിൽ വർണചാരുത.

വന്നു കയറിയതാവുമോ, പിടിച്ചു
കൊണ്ടുവന്നതോ മൃഗനയനീ
പകിട്ടുകളെനിക്കപരിചിതം, വിട്ടുമോ
ദൂരെയെങ്ങാനിരിക്കുമെനിക്കിടം.

എത്ര സൗമ്യമായൊരാൾ രാജകീയ
മര്യാദയിൽ വിളിച്ചിരുത്തുന്നു
പുതുകാലത്തിൻ പ്രഭോ മതിയാകുമോ
പഴയഗന്ധത്തിൽ പിച്ചകപ്രഭാവം?

ജലമാളികയിലുമ്മവെയ്ക്കും മത്സ്യ
ഗന്ധികൾ കാറ്റുകൾ തഴുകുന്നു.

കാറ്റിന്റെ മാളികതൊട്ടെന്നെ വിടാതെ
യെത്തിച്ചതാണീ പിംഗലമാളികയിൽ.

ഒറ്റയ്ക്ക് പോവരുതെന്നു വിലക്കിയ
സുഹൃത്തേ, ഞാനിങ്ങൊറ്റയുടെ
മറുപാതിയിൽ ചെന്നുചേരുകയാവും
പതുക്കെയാശ്ലേഷിപ്പതവളാവണം.

ദൂരെയല്ലാതുണ്ട് കാണുന്നു നെടുങ്കൻ
കൽമതി, ലകത്തു കോട്ട, കൂറ്റൻ
പീരങ്കികൾ, ശബ്ദമില്ലാത്ത പടയൊരുക്കം,
ഒറ്റയ്ക്കൊരു വെളിച്ചമിരുൾ കീറുന്നു.

അതിൻമിന്നലിൽ പഴയ വീരേഴും പഥം
തെളിയെ, സുഭാഷ് ചൗക്കിലെത്തിയ
കാലപ്പടയോട്ടമത്രയും ചലച്ചിത്രം.
ഞാനിവിടെയെത്തേണ്ടും പിന്മുറക്കാരൻ.

പഴയ കൊട്ടാരം, കിളിവാതിലുക,
ളേണിപ്പടികൾ, മച്ചുകൾ, വിശാലമാം
തുറസ്സുകൾ നൃത്തശാലക,ളുദ്യാനങ്ങൾ
കിട്ടുമോ സിഗററ്റൽപ്പം ലഹരിനീർ?

ഒമ്പതിൽ വിളിക്കാ,മേതക്കവുമാവാം.
വേണ്ടതെത്തിക്കാം മടിക്കാതെ പറയൂ.
ഇവിടെ വന്നതു തെക്കൻ സഞ്ചാരിയല്ല
കാലമെത്രയോ കാത്തടഞ്ഞ കൺപാതി.

ജയ്പൂരിലേക്കു പോരുമ്പോഴൊരു യാത്ര.
വഴിതെറ്റി വളഞ്ഞെത്തിയ രാത്രിയി
ലിരുട്ടിൽത്തന്നെയറിഞ്ഞേനൊരു സ്പർശം
കാലമാളികയിലെ പിച്ചകപ്പെൺമണം.

തണുപ്പരിക്കുന്ന രാത്രി, ടാറ്റുകഫേയിൽ
മിന്നും മേൽവസ്ത്രങ്ങളിഴച്ച് ഛായാ

ഗ്രാഹിക്കു മുൻപിലെന്നപോൽ കൃത്യമായ്
ചുവടുവെച്ചു നിന്നോൾ, കൈ പിടിച്ചോൾ.

കിടക്കുന്നലസം, പ്രാണനേയിവളിൽ ഞാ
നുയിർപ്പിച്ചതേതു കാലത്തെ, കിളുർത്തോ
കലാപത്തിൻ വിത്തുകൾ, ഉരിഞ്ഞതെല്ലാം
ചേർത്തുടലിൽ മറ ചെയ്യാമോ ഭൂതത്തെ?

പൊട്ടുന്നനെ പൊട്ടിച്ചിരി,യിപ്പോഴുമുണ്ടോ
പ്രിയാ നിന്റെ വിഭ്രമങ്ങളരുതാത്തതു
ചെയ്യുംപോൽ പതർച്ച, നെറ്റിയിൽ വേർപ്പ്
മുറുകെ പുണർന്നോളു, ഭീതി ഞാൻ മാറ്റാം.
■

നിഴലാട്ടം

ഒരു മഴ പെയ്തു മടങ്ങുമ്പോ
ഴതദൃശ്യം, നേർത്ത തണുപ്പാണുടലിൽ.
കാറ്റുകൾ കോതിയ ചില്ലകളോ
ടൊട്ടിടയേ, പതറുന്നു പദതാളം.

ഒരു കഥ ചൊല്ലി മടങ്ങുമ്പോ
ഴതുനഗ്നം, സ്തബ്ധം കാൽത്തളകൾ.
കുമിളകൾ തുന്നിയ നീരിഴ വേർ
പെട്ടിഴയേ, ചിതറുന്നു മുടിയൂറ്റം.

ഉടുതുണി പാളി വിറയ്ക്കുമ്പോ
ഴങ്ങലസം, കാറ്റുകളെങ്ങു പതുങ്ങി.
ചാലുകൾ കീറിയ ക്രോധപ്പേമഴ
വിട്ടകലേ, യമരുന്നു ബലവേഗം.

ഒരു വിധമാരെ വിളിക്കുമ്പോ,
ഴതി നാണം, ചായും മിന്നൽ പകർത്തീ.
അമ്പിളി നീർത്തിയൊരഭ്രപഥത്തിൽ
വ,ന്നുടനേ തെളിയുന്നു നിഴലാട്ടം.

ഒരു മഴ പെയ്തു മടങ്ങുമ്പോ
ഴതു വശ്യം വാടാമലരുകൾ പോൽ.
രാത്രികൾ തൂവിയൊരിരുളലിവിൽ
നീയലിയേ, യണയുന്നൂ ഞാനൊപ്പം.
■

അഴിമുഖം

പുഴമിനുപ്പിൽ കണ്ണടക്കി
കരയിൽ നിൽക്കെ
കടലരികത്തവൾക്കൊപ്പ
മിരുന്നതോർക്കുന്നു.
കടലശാന്ത
മിരമ്പിയാർക്കെ
ചകിതയായ് ചാഞ്ഞു
നെഞ്ചിൽ, മുടിയിഴകളാർത്തു
പൊന്തീ കരിന്തീജ്വാലപോലെ.

കണ്ണടച്ചിരുന്നു നിന്റെ
നെഞ്ചിടിപ്പടലിനോ
ടുടൽമണൽത്തരികളോ
ടതു കടൽത്തിരകളോ
ടിടഞ്ഞു ചെയ് വ
തെന്തെന്നോർത്തു ഞാൻ.

ഒരിരമ്പമെന്നിലാകെ
വിരലുകുത്തിവരച്ചു
നമ്മൾ കണ്ടതെന്തിനോ?

കണ്ടമാത്ര
നാമറിയും മു
മ്പകത്തണകൾ
പൊട്ടിയൊലിച്ചതെന്തിനോ?

ഒലിപ്പുകൾക്കണയുടൽ.
ഉടലുകൾക്കദൃശ്യവേലിക
ളകന്നമാത്ര
മറിഞ്ഞു നാം ഭ്രൂതുക്കളേറെ.
ഒരേവിരിപ്പി

ലെത്രയാണ്ടുറങ്ങി
യൊരേപുലർച്ചയി
ലൊത്തുണർന്നു
പിരിഞ്ഞു രണ്ടായ്.

മണ്ണിലാഞ്ഞുവെട്ടിഞാൻ
നിന്റെയുള്ളു കുളിർക്കുവാൻ.
ഉള്ളുറവകൾ
പൊട്ടിയെങ്ങാൻ
കഠിനമൗനമലിയുവാൻ.
പരുഷപേശികളയയുവാൻ
തിരിച്ചുമെത്ര നോക്കി നീ!

ഏതു രസസൂത്രമി
ത്തനുവടർത്തുവാ
നകമെടുത്തു പുറത്തുവെച്ചു
പുറമെടുത്തടയ്ക്കുവാ
നെങ്ങു വാതി
ലെനിക്കും നീയും
നിനക്കു ഞാനുമാകുവാ
നകമിരമ്പുമ്പോൾ?

അനേകരന്ധ്രമുണ്ടു
സൂര്യചന്ദ്രതാരക
ളൊളിച്ചുപാർക്കു
മിരുട്ടുകൾ.
വരിഞ്ഞുകെട്ടി വീർപ്പടക്കി
കാത്തുപോന്നു നാമവ.
തുറക്ക വയ്യ
ഭയമിറങ്ങുമ്പോ
ളുരുരു ചുറ്റുമ്പോൾ.

സാക്ഷയിട്ടടച്ച
വാതിൽപ്പഴുതിലൂടെ
കണ്ടതേതു വളവുകൾ

കേട്ടതേതു മിടിപ്പുകൾ?
മിന്നിനിന്ന താരകൾ
നിലാവിലെണ്ണ മിനുപ്പുകൾ
തൊട്ടുതൊട്ടില്ലെന്ന മാത്ര
മാഞ്ഞു പോയീ സകലതും.

പുഴമിനുപ്പിൽ കണ്ണുടർത്തി
കരയിൽ നിൽക്കെ
കണ്ടു, കടലരിക
ത്തവളൊറ്റ
യ്ക്കിരിക്കയാണല്ലോ.
മണലിലവൾ
കാനായിക്കരവിരുതുപോ
ലുടുതുണികളെറിഞ്ഞും
കരിന്തീ കൊളുത്തിയു
മാളുമൊറ്റശ്ശിലയായല്ലോ.
■

നിലവിളി

അകത്തേയ്ക്ക് കുനിഞ്ഞില്ലാ,
പുറത്തേക്കു നിവർന്നില്ലാ,
ഞാനെന്നിൽ തളം കെട്ടി
തടംതല്ലി കരയുന്നു.

പുറത്തേയ്ക്കുണ്ടെത്ര ദൂര
മകത്തേയ്ക്കുമതുതന്നെ.
കാലെടുത്തു വെയ്ക്കേണ
മകത്തേയ്ക്കോ പുറത്തേയ്ക്കൊ?

അകത്തേയ്ക്കു നീരൊഴുക്കിൽ
മുതലകൾ പതുങ്ങി നിൽപ്പൂ
പുറത്തേയ്ക്കു കൊടി പിടിച്ച
പ്രകടനത്തിൻ ചുഴലികൾ.

അകത്തേയ്ക്കു പ്രണയത്തിൻ
നീരൊഴുകും മലനിരകൾ
പുറത്തേയ്ക്കു വിരഹത്തി
ന്നുരുൾപൊട്ടും മലവെള്ളം.

അകത്തേയ്ക്കു വെളിച്ചത്തി
ന്നിമകീറുമിരുൾപ്പാത.
പുറത്തേയ്ക്കു കൂരിരുട്ടിൻ
തിരി കത്തും പകൽപ്പൂരം.

അകത്തേയ്ക്കു കുനിഞ്ഞില്ല.
പുറത്തേയ്ക്കു നിവർന്നില്ലാ
തന്നിൽനിന്നും തന്നിലേക്കു
വഴിയൊന്നും തെളിഞ്ഞില്ല.

അകത്തെന്തോയിരമ്പുമ്പോൾ
പുറത്തേയ്ക്കു കവിയുന്നു.
പുറത്തെന്തോ പുകയുമ്പോ
ളകത്തേയ്ക്കു ചുളുങ്ങുന്നു.

വേരെല്ലാമകത്തെന്നും.
വിളയെല്ലാം പുറത്തെന്നും.
അകത്തേയ്ക്കു കുതിക്കുന്നു
പുറത്തേ കതിരരിയുവാൻ.

നിറവെല്ലാം പുറത്തെന്നും.
വേവെല്ലാമകത്തെന്നും.
പുറത്തേയ്ക്കു കുതിക്കുന്നു
അകത്തേ വേവുണ്ണുവാൻ.

നിലയില്ലാ നിലയിൽ ഞാ
നടിപതറി നിൽക്കുന്നു.
അകമെന്തോ പുറമെന്തോ
നിലവിട്ടൊരു നിലയേതോ!
■

പുറന്തോട്ടു പിളർക്കുന്ന ധാന്യക്കുതിപ്പുകൾ

കെ ഇ എൻ

കോവിഡ് പുറമെന്നപോലെ അകവും പൂട്ടി. ശാരീരിക അകലത്തിനൊപ്പം പതുക്കെയാണെങ്കിലും മനസ്സകലവുമായി! ആദർശവേലിയിറക്കങ്ങളിൽ നടുങ്ങിയത് കര നഷ്ടമായ തീരങ്ങളാണ്. തീരവും ആകാശവുമില്ലാത്തൊരു തീക്കടൽ സങ്കൽപിക്കാൻ ഇന്നത്രയേറെ ഭാവന ആവശ്യമില്ല! ഒരിക്കൽ സത്യത്തിനുമപ്പുറം കുതിച്ച ഭാവനകൾ ഇപ്പോൾ സത്യത്തിന് ഒപ്പമെത്താനാവാതെ കിതയ്ക്കുകയാണ്. എല്ലാം പിടിച്ചുകുലുക്കുന്ന കാലത്തിന്റെ കനത്ത കരങ്ങൾക്കുപോലും വിലങ്ങ് വെക്കുംവിധം ഇതൊരധികാര വേലിയേറ്റ കാലമാണ്. ആസാദിന്റെ കവിതകളിൽ ആദർശ വേലിയിറക്കങ്ങൾക്കും അധികാര വേലിയേറ്റങ്ങൾക്കുമിടയിലുള്ളൊരു വിങ്ങൽവിസ്ഫോടനത്തിന്റെ തിരകളാണുയർന്ന് താഴുന്നത്. പൂട്ടിച്ച അകം പിളരുന്നതും പൊളിയുന്നതും, പിന്നെ ചേരുന്നതും ചോരുന്നതും, വാക്കുവഴിയുടെ മങ്ങലും തെളിച്ചവുമായി ആ കവിതകളിലൊഴുകുന്നു.

കവിത ഒരകമൊഴുക്കാവുന്നത് അതൊരകമൊഴുക്ക് മാത്രമാവാതെ ആകാശം തൊടുമ്പോഴാണ്. ഭൂമിയുടെയും ആകാശത്തിന്റെയും ആശ്ലേഷങ്ങളിൽ നിന്നാണ് അകങ്ങൾ ഉണ്ടാവുന്നത്. കവിതകളിലെ 'അകം' പതിവ് പുറങ്ങളുടെ വിപരീതമല്ല, വിരോധമറിയാത്ത വിസ്മയമാണ്.

ആസാദിന്റെ 'കൊവിഡ്കാല' അകം തുറക്കലിൽ നിറയുന്നത് തളിരിടലിന്റെ തടം സംഘർഷളുടെ മിടിപ്പുമാണ്. ചിലപ്പോഴത് പലതായി അറിയുന്ന ജീവിതപ്രതീക്ഷകളും മറ്റു ചിലപ്പോഴത് ഒന്നിന്റെ തന്നെ മുറിവുമാണ്. കവിതയ്ക്കൊരു മേൽവിലാസമുണ്ടെങ്കിലത് പ്രകൃതിയും സമൂഹവും ഭാഷയും ആദർശവും അജ്ഞാതവും അതെല്ലാമിടകലർന്ന് കലമ്പുന്നൊരുഭാഷയുമാണ്. ആസാദിന്റെ ഭാഷയിൽ മഴയും മഞ്ഞും വെയിലും മഴവില്ലും ഗസലുകളൊരുക്കും. പഴയ ചില്ലകളിൽ ചിലപ്പോൾ ഇലകൾ പൂവുകളാവും. കൂട്ടലിനും കിഴിക്കലിനുമപ്പുറം വാ തുറക്കാതെ വാക്കുകൾ നിശ്ശബ്ദതയിൽ സംസാരിക്കും. അവസ്ഥാനുഭവ ആശയ അനുഭൂതി വിഭജനങ്ങൾ അസാധ്യമാക്കും. ജീവിതമെന്നപോലെ ഭാഷയും ബന്ധങ്ങളിലാണ് പടരുന്നത്. ആസാദിന് ഭാഷ പ്രതിഭാസമ്പന്നരായ കവികളികളിലെന്നപോലെ വേരു ഭൂമിയും ചിറക് ആകാശവുമാണ്. വാക്കുകൾ പ്രത്യേക രീതികളിൽ കൂടിച്ചേരുമ്പോൾ കുളിരും തീയുമുണ്ടാവും! അസ്വസ്ഥ ചോദ്യങ്ങൾക്കൊപ്പം ആശ്ചര്യങ്ങളിലുമാണ് ഒരാസാദുണ്ടാവുന്നത്. താളം പൂക്കുന്ന കുറുകിയ ആസാദ് വാക്കുകളിൽ കവിയുന്നത് സൂക്ഷ്മ സംവേദനത്തിന്റെ സ്പന്ദനങ്ങളാണ്. കവിതകളിലുദിക്കുന്നത് സംഘർഷങ്ങളിരമ്പുന്നൊരു സൂര്യനാണ്.

ഉടലഴിക്കുമ്പോഴും ബാക്കിയാവുന്നത് ഉടലാണ്. പ്രവർത്തനസജ്ജമാവുന്ന ഉടൽ തന്നെയാണ് മനസ്സ്, മനസ്സിനെക്കുറിച്ചുള്ള കാൽപനികമിഥ്യകളെ കൂടിയാണ് 'ഉടലഴിക്കുമ്പോൾ' എന്ന കവിതാസമാഹാരം കോലാഹലപ്പെടുത്തുന്നത്. സത്യത്തിൽ ആസാദിന്റെ നിശ്ശബ്ദസാന്ദ്രത അനുഭൂതിപ്പെടുത്തുന്ന ആവിഷ്കാരങ്ങളോട് കോലാഹലം എന്ന 'ബഹളത്തെ' ചേർക്കുന്നത് ഉചിതമല്ല. എന്നിട്ടും 'കോലാഹലം' എന്ന വാക്ക് ബോധപൂർവം ചേർത്തത് ബഹളമയമായി മാറിയ ഒരു കാലംകൂടി ആസാദ് കവിതകളിലൂടെ കടന്നുപോവുന്നത് അനുഭവപ്പെട്ടതിനാലാണ്. സുന്ദർസരുക്കായ് എന്ന ഇന്ത്യൻ സമകാല തത്വചിന്തകൻ, സ്വന്തം കാലത്തെ ഗുരുതരമാലിന്യങ്ങളിൽ ഒന്നായി ശബ്ദമാലിന്യത്തെ അടയാളപ്പെടുത്തിയത് ഓർക്കുന്നു. ധ്യാനാത്മകമായ മനസ്സ്നഷ്ടം നിലപാട് നഷ്ടത്തിനിടയാക്കും. ബഹളം ഉച്ചത്തിലുള്ള ശബ്ദമല്ല, ഉയിർ നഷ്ടമായ വാക്കുകളുടെ മൃതഭാരങ്ങളുടെ പതന 'ഒച്ചഭീകരത' യാണ്.

'ഉടലഴിക്കുമ്പോൾ' എന്ന കവിതാസമാഹത്തിലെ കവിതകൾ പൊതുവിൽ പ്രതിരോധിക്കുന്നത് ശബ്ദമാലിന്യങ്ങളുടെ ലഹളലോകങ്ങളെയാണ്. ജടിലോക്തികൾ എന്ന ക്ലീഷേകളെ മറികടന്നുപോവുന്ന ക്ലേശകരമായ ശ്രമത്തിനൊപ്പം, നവ്യബന്ധങ്ങളുടെ വൈവിധ്യ

വഴികളിലേക്കാണ് കവിതകളൊക്കെയും മിഴിതുറക്കുന്നത്. ഏകമാതൃകകളിൽനിന്ന് ബഹുമാതൃകകളിലേക്കുള്ള, കേന്ദ്രങ്ങളിൽ നിന്ന് ഓരങ്ങളിലേക്കുള്ള ഒളിച്ചോട്ടങ്ങളിൽനിന്ന് തുറന്നോട്ടങ്ങളിലേക്കുള്ള വിസ്തൃതികളാണ് 'ഉടലഴിക്കുമ്പോൾ' തെളിയുന്നത്. അങ്ങനെത്തന്നെ, അങ്ങനെത്തന്നെ എന്ന ആരവങ്ങൾക്കിടയിൽ, അതു മാത്രമല്ലല്ലോ എന്നൊരു വിനയമാണ്; ഇങ്ങനെയല്ലേ എന്ന ചോദ്യത്തിനു മുമ്പിൽ ഇങ്ങനെയുമാവാമല്ലോ എന്നൊരു വിവേകമാണ്, പറയാനില്ലേ എന്നൊരന്വേഷണത്തിന് പറക്കുകയുമാവാമല്ലോ എന്നൊരു വിസ്മയമാണ്, 'ഉടലഴിക്കുമ്പോൾ' കവിതകളിൽ കാണുന്നത്. ഉടുപ്പഴിക്കുമ്പോൾ, ഉടുപ്പ് ഉപേക്ഷിക്കുമ്പോൾ, ഉടുപ്പൂരിയെറിയുമ്പോൾ, ഉടുപ്പ് വലിച്ച് കീറപ്പെടുമ്പോൾ, എന്തുടുപ്പ് എന്ന് രോഷപ്പെടുമ്പോൾ സംഭവിക്കുന്നതിനൊക്കെയുമപ്പുറമാണ് ഉടലഴിക്കുമ്പോൾ ഉണ്ടാവുന്നത്. ഒന്നുമില്ലായ്മയിലും എല്ലാമുണ്ടാവുംവിധം ഭാഷയാണ് കീഴ്മേൽ മറിയുന്നത്. അധികാരം കുറ്റിയടിച്ചുറപ്പിച്ച അതിർത്തികളാണ് പൊളിയുന്നത്. ഉടലഴിക്കുമ്പോൾ' വെളിപ്പെടുത്തുന്നത് പൊളിയലും പുതുക്കലും പൂക്കലുമാണ്. മുകളിലൂടെ കാലമഴയേറെയൊഴുകിയിട്ടും 'മിനുസപ്പെടാത്തൊരു കല്ല്' പോലെ കവിതകളിലൊരു കാഴ്ച തുളുമ്പുന്നു. വൈവിധ്യങ്ങളുടെ പച്ചപ്പിനെയത് നിർവൃതമാക്കും.

നമുക്കൊന്നും പറയാനില്ലാതെ വരുമ്പോഴാണ് പലപ്പോഴും നാം മഴയേയും വെയിലിനേയും പറ്റി മാത്രം സംസാരിക്കുന്നത്. എന്തൊരു മഴ, വല്ലാത്ത വെയില് എന്നുള്ളത് മഴയ്ക്കും വെയിലിനുമുള്ള അഭിവാദ്യമല്ല; നമ്മുടെ അകം ശൂന്യത ഉച്ചരിക്കുന്ന വിരസഭാഷയിലെ മൊഴികളാണ്. അല്ലെങ്കില് 'ഔപചാരികത'യുടെ തുടക്കമാണ്. മഴസംബന്ധിയായ'എന്തൊരുമഴ'യിലും 'മരംപെയ്യലിലും' മുമ്പ് ആശ്ചര്യവും കവിതയുമുണ്ടായിട്ടുണ്ടാവും. എന്നാൽ പിന്നീടതും ഒരു 'ക്ലീഷേയായി! 'മഴ തോരുമ്പോൾ എന്ന് ആസാദ്കവിത അകതണുപ്പം ഒഴുക്കും അടയാളപ്പെടുത്തുന്നത് മഴയെ ക്ലീഷേകളിൽനിന്ന് പുറത്തെറിഞ്ഞാണ്. എന്തൊരു ചൈതന്യമാണ് തോരുമ്പോഴും തോരാതിരിക്കുമ്പോഴും ആ മഴയ്ക്ക്. ഉടലുടക്കുവോളം തിമിർത്ത് പെയ്യും മഴ. ബഹുഭാഷകൾക്കൊപ്പം മറുഭാഷ ചൊല്ലുംമഴ. പുറത്തിങ്ങനെ ഒഴുകി പുളകിതമാവാനാവുമോ അതകത്തിങ്ങനെ നിത്യവും വന്നു നിറയുന്നത്. പെയ്തൊഴിയാത്ത വിഷാദവുമായി ഒരു ഘനീഭവിച്ച മേഘമായും അസ്വസ്ഥതകളുടെ ഇടിമിന്നലായും തളിരായും പൂവായും വന്നെത്തുന്ന ജീവിതമാണ് മഴയെഴുത്തായി 'മഴക്കവിതയിൽ' പ്രണയമായി പെയ്തിറങ്ങുന്നത്.

നമ്മുടെ ഒരൊറ്റ മഴയെ കവിത നിരവധി മഴയും മഴക്കപ്പുറമുള്ള ജീവതവുമാക്കി വിപുലപ്പെടുത്തുന്ന വിസ്മയവുമാണ് മഴ തോരുമ്പോൾ' വായിച്ചു കഴിയുമ്പോൾ ബാക്കിയാവുന്നത്.

കുഞ്ഞുപ്രാണികളുടെ കുളിർമഴ, കുഞ്ഞാൽമഴ, മാവുമഴ, പ്ലാമഴ, നെല്ലിമഴ, മേളംകൂട്ടുമിലഞ്ഞിമഴ... എത്രയെത്ര വ്യത്യസ്ത മഴകൾ. എന്നിട്ടും നാം സാമാന്യഭാഷ പ്രഥമികവിനിമയാവശ്യാർഥം മരവിപ്പിച്ചു നിർത്തിയ വിശേഷമഴകളെ കാണാനാവാതെ 'കവിത' യില്ലാതെ കഴിയുന്നു! 'മഴപ്പേച്ചെത്ര വിചിത്രം! എന്ന് ആസാദ്. മലയാളത്തിന് മുമ്പിലേക്ക് മഹാകാവ്യമായി മാറിയൊരു മഴ സ്വന്തം കിനാക്കൾ കുറുകി കുറുത്ത് കരുത്താർന്ന് കുതിച്ചൊഴുകി വന്നിരിക്കുന്നു. മുമ്പെഴുതപ്പെട്ട മഴക്കവിതകളുടെ തുടർച്ചയിലും സ്വന്തമായി സൃഷ്ടിച്ചെടുത്ത സർഗാത്മമായൊരിടർച്ചയിലൂടെയും കവി നമ്മെ വിളിക്കുന്നത്, ക്ലബ്ബ് ഹൌസിലെ ആൽത്തണലിൽ അന്ത്യവിശ്രമം കൊള്ളാനല്ല, 'പുറന്തോട്ടുപിളർക്കും ആ ധാന്യക്കുതിപ്പിൽ'പങ്കെടുക്കാനാണ്. പുറന്തോട്ടുപിളർക്കുന്ന ധാന്യക്കുതിപ്പിൽ ഭൂമിയിലെ മുഴുവൻ പച്ചപ്പുകളുടെ കള്ളമില്ലാത്ത പുഞ്ചിരികളും കളങ്കമില്ലാത്ത സ്നേഹവും കരുതലുമാണ്, പ്രത്യേകിച്ച് വിളിക്കാതെ തന്നെ എവിടെനിന്നൊക്കെയോ വന്നുചേരുന്നത്. പല മഴകളെ ഒരു മഴയാക്കി ഒതുക്കുന്നത് അധികാരം. പലമഴകളായത് സ്വയം ഒഴുകി ഒന്നിക്കുമ്പോഴുള്ളൊരു ഒരുമയായ ആ ഒത്തൊരുമ സൌന്ദര്യവും! ആ 'പലമ' പ്രതിരോധമെന്നൊരു പ്രത്യേക പരസ്യവുമില്ലാതെതന്നെ കവിതയിലെ പ്രതിരോധമായി പ്രവർത്തിക്കും. അങ്ങനെ കണ്ടതിനേക്കാളേറെ കാണാനിരിക്കുന്നതിന്റെ അനുഭൂതി അതിൽ നിറയും.

മഴ തോരുമ്പോഴും തോരാതിരിക്കുന്നൊരു സ്വപ്നമഴ പെയ്യുന്നൊരനുഭവം തുടരും. കുറുകിയൊഴുകുന്ന മഴവരികളിൽ വെള്ളത്തിന്റെ തണുപ്പും കാലത്തിന്റെ ചൂടും ജീവിതവൈവിധ്യത്തിന്റെ ചൂരും ഒന്നിക്കുന്നുണ്ട്. മഴയായിരിക്കുമ്പോഴും മഴ മാത്രമാവാതെ പലയിടത്തേക്കും പ്രത്യക്ഷത്തിൽ കണ്ണിൽപെടാത്ത ഊടുവഴികളിലൂടെ അത് കുതിക്കുന്നുണ്ട്. എങ്കിലും പെയ്തുകഴിഞ്ഞ മഴയെ പിന്തുടരുക എളുപ്പമല്ല അതിന്റെ വഴി കണ്ടെത്തുക അതിലേറെ പ്രയാസവും!

മനുഷ്യർചിന്തിക്കുന്നവരും നിർമിക്കുവരും നാനാതരം ബന്ധങ്ങളിലേക്ക് പടരുന്നവരുമായിരിക്കേ പലതരം കളികളിൽ വ്യാപൃതരാവുന്നവരുമാണ്. സാമൂഹ്യബന്ധങ്ങളുടെ തുടർച്ചയിൽ മാത്രം വാക്ക്ബന്ധവും ബന്ധുത്വവും സാധ്യമാവും. അത് കാര്യമാത്രപ്രസക്തമെന്നപോലെ കളികളുടെ ലോകവുമാണ്. വർത്തമാനത്തിലുള്ള നിൽപിനും

ഭാവിയിലേക്കുള്ള കുതിപ്പിനും കുട്ടിക്കാലത്തേക്കുള്ള പോക്കുവരവുകൾക്കും എങ്ങുമില്ലാത്ത പറക്കലിനും മനുഷ്യരെ പ്രാപ്തമാക്കുന്നത് ഭാഷകളുടിയാണ്. ബന്ധതീവ്രതകളുടെ തോതിനെ താളമാക്കുന്നത് ഭാഷയാണ്.

കയ്യാങ്കളികളെ ഇളിഭ്യമാക്കുന്ന വാക്കാങ്കളിയുടെ വേറൊരു ലോകമാണ് 'വാസ്തവം' എന്ന കവിത ആവിഷ്കരിക്കുന്നത്. ആരും കാണാതെ പോവുന്ന വെള്ളത്തിലെ വരയെ കണ്ടെടുക്കുകയാണ്കവി! അസാധ്യതയിലെ സാധ്യതയേയാണ്, ശരാശരി സത്യങ്ങൾക്കപ്പുറമുള്ള സൂക്ഷ്മസത്യങ്ങളെയാണ്, വെറുതെയായിപ്പോവുമെന്നറിഞ്ഞിട്ടും വെറുതെയായിപ്പോവാത്ത മോഹങ്ങളാണ് ആ 'വെള്ളത്തിലെ വര'യിൽ തെളിയുന്നത്. ഇത് പഴയ ഇരുട്ടുമുറിയിൽ ഇല്ലാത്ത കരിംപൂച്ചയെ തിരയുന്ന വ്യർഥ ചിന്തയുടെ തുടർച്ചയല്ല. ബന്ധ സങ്കീർണതകളുടെ ഭ്രമാത്മക സഞ്ചാര പഥങ്ങളെയാണ് 'വാസ്തവം' എന്ന കവിത പിന്തുടരുന്നത്.

"വെള്ളത്തിലെ വര/ മാഞ്ഞുപോയിരുന്നല്ലോ / അതിനുമീതെ ഒരു മീൻ / നൃത്തം വെച്ചവല്ലോ / അതിന്റെ നൃത്തത്തിൽ / വെള്ളമല്ലേ മാഞ്ഞുപോയതീ / വരമാത്രമല്ലേ ബാക്കിയായത്? (വാസ്തവം). വിഡ്ഢിത്തം, സാമർഥ്യം എന്നീ വിപരീതങ്ങളെ വിസ്മയത്തിലേക്ക് ഉയർത്തുന്നൊരു കവിതയിൽ നഷ്ടങ്ങളില്ല എന്തുകൊണ്ടെന്നാൽ കവിതകളിൽ നഷ്ടങ്ങളുമൊരു നിർവൃതിയാവും! കാഴ്ചപ്പുറങ്ങൾക്കപ്പുറം നിന്നൊരു നക്ഷത്രം മറിഞ്ഞുവീഴുന്നത് കവിത നിറഞ്ഞൊരു മനസ്സിലേക്കാണെങ്കിൽ ആ വീഴ്ചയുമൊരു വിസ്മയമാവും! എന്നാൽ അധികാരം സ്വന്തം വീഴ്ചയിലും വിഷം വമിക്കും. 'മെതിയടിപ്പക' എന്ന കവിത അത്തരമൊരധികാരത്തിന്റെ അഴുക്കാണ്. ആ കവിതയിലെ 'മെതിയടിത്തിരുവടികളും' 'വെറും കാൽപരിഷകളും' മേൽകീഴ്ബന്ധത്തിന്റെ അധികാരമാതൃകകളെയാണ് അടയാളപ്പെടുത്തുന്നത്. ഒരമ്പട ഞാനാണ് മെതിയടിയുയരത്തിൽ ഞെളിയുന്നത്. 'മെതിയടികളെത്തൊഴു- / മധോമുഖരസംഖ്യമാകുന്നു' എന്ന് കവി.

'അവനവനെഴുതിയ കാവ്യങ്ങൾ / അവനെ തീയിട്ടു കൊന്നു / അവൻ വെച്ച തണലിൻമീതെ / ശിഖരങ്ങളിടിഞ്ഞു വീണു...' എന്ന തലചുറ്റിക്കുന്ന തിരിച്ചറിവായി, 'എങ്കിലും ചിലരിടുമ്പോൾ പഴയ മെതിയടി /പ്പക പരത്തുന്നു' എന്ന മുന്നറിയിപ്പായി, 'അലച്ചിലിൻ ദൈവമകത്തിരിക്കുമ്പോൾ / ഇരിപ്പുറയ്ക്കാമോ ക്ഷണ നേരത്തേയ്ക്ക്' എന്ന വിങ്ങലായി, 'ഉടൽപോലെ ഭ്രമിപ്പിക്കുന്നില്ലേ മറ്റൊന്നു, മതു വാസനാപാഠങ്ങളെ മൂടുമൊരു മേൽഭാഷ' എന്ന ശരീര സത്യവാങ്മൂലമായി,

'എന്റെ ശബ്ദത്തിൽ / എനിക്കു വിശ്വാസമില്ല / അതെത്രയോ ദുർബലം' എന്ന നടപ്പുശീല വിമർശമായി, 'ഗാന്ധിക്കു മോതിരം നൽകിയോൾക്കു / വീട്ടിലിരിപ്പുണ്ടു പൊന്നുവേറെ' എന്ന ഐറണിയായി, 'ചോദ്യങ്ങളിലേ അയാൾ ജീവിക്കൂ / ഉത്തരങ്ങൾ അയാൾക്ക് ചിതയാകും' എന്ന ആത്മനൊമ്പരമായി വായനയിൽ ഉള്ളിളക്കുന്ന ആസാദിന്റെ 'ഉടലഴിക്കുമ്പോൾ' എന്ന കവിതാസമാഹാരത്തിലെ കവിതകൾ കൊവിഡ്കാലയളവിലെ മനുഷ്യരെയാണ് പ്രത്യേകമായി അഭിമുഖീകരിക്കുന്നത്. പ്രത്യക്ഷരാഷ്ട്രീയത്തിനപ്പുറം സൂക്ഷ്മ രാഷ്ട്രീയമാണ്, ഏകശാസനകൾക്കു പകരം ബഹുത്വത്തിന്റെ സൌന്ദര്യമാണ്, ശാഠ്യങ്ങളുടെ നിരാകരണമാണ്, അകത്തെ പൊള്ളലും പുളകവുമാണ്, നാടെന്നപോലെ വീടുമാണ്, ഞാനിലെ 'ഞാനുകളുമാണ്", ഭാഷയുടെ അടിയൊഴുക്കാണ്, അനുഭൂതിയായിത്തീർന്ന അന്വേഷണങ്ങളുടെ അഗ്നിയാണ് ആസാദ് കവിതാവായനയിൽ നിറയുന്നത്.

ഇവൻ എനിക്കാര് എന്നെഴുതാതെ ഈ കുറിപ്പവസാനിപ്പിക്കുന്നത് അനുചിതമാവും. പക്ഷേ അതെഴുതുന്നത് അതിലേറെ അനുചിതവുമാവും. സംഘർഷഭരിതമാവുന്ന സൌഹൃദതീവ്രതകൾ വിശദീകരണങ്ങളെ സ്വാഗതം ചെയ്യില്ല. എന്തുകൊണ്ടെന്നാൽ അതിനെന്നും സ്വന്തം സത്യങ്ങളെ കാത്തുസൂക്ഷിക്കാനുള്ള കഴിവുണ്ട്. ഒന്നിച്ചിരുപ്പുകൾ, യാത്രകൾ, മൌനമധുരങ്ങൾ, വിനിമയ വിസ്ഫോടനങ്ങൾ, തർക്കങ്ങൾ, വഴിപിരിയൽ, അപ്പോഴും പൊട്ടാത്ത സൌഹൃദഇഴകളിലെ തളിർക്കലുകൾ, തുടരുന്ന സംവാദങ്ങൾ, ഇടയുമ്പോഴും കുതിച്ചെത്തുന്ന നിറപ്പകിട്ടുള്ള നിനവുകൾ, കണ്ട കിനാവുകളിലെ കൊഴിഞ്ഞുപോയ പച്ചകൾ, സൌഹൃദ സംഘം, പുകസ..., കാലമഴയിൽ വിയർത്തും അനൌപചാരികതകളിൽ തളിർത്തും കത്തിനിന്ന നാളുകൾ... കവിത തന്നെയായി ജീവിതം മാറുന്ന വസന്തങ്ങൾ, സർഗസ്പർശമേൽക്കുന്നവാക്കുകൾ പകരുന്ന പുളകങ്ങൾ, പിന്നിട്ടതൊന്നും പിന്നിട്ടതല്ലെന്നോർമിച്ചെത്തുന്ന സ്മരണകൾ... 'ഉടലഴിക്കുമ്പോൾ' എന്ന കവിതാസമാഹാരത്തിലെ കവിതകളിലേക്കുള്ള നിരവധി വഴികളിൽ ഒന്നിൽ നിന്നുകൊണ്ട്, ഒർധവിരാമം പോലുമില്ലാതെ ഒരാശ്ചര്യചിഹ്നം മാത്രം ബാക്കിയാക്കി.

●

ഉടലിന്റെ നാനാർഥങ്ങൾ

പി. എം. ഗിരീഷ്

ആസാദ് എന്ന കവിയുടെ രണ്ടാംവരവാണ് ഈ സമാഹാരത്തിൽ കാണുന്നത്. ഭൂമിയുടെ അകവും പുറവും ഉടലിന്റെ ഉള്ളും ഉയിരുമാകുന്ന ഉൾത്തുടിപ്പാണ് ആസാദിന്റെ പുതുകവിതകളുടെ പൊതുബോധം. ഉടലൊരു നാനാർഥമാണെന്ന തിരിച്ചറിവാണ് ഈ സമാഹാരത്തിന്റെ സവിശേഷത. പഴയ വഴിയിൽനിന്ന് വ്യത്യസ്തമായി, ഉടൽ മാധ്യമമാക്കി ജനാധിപത്യബോധ്യങ്ങളോടെ നേരറിയിക്കാൻ പ്രതീകാത്മകമാർഗം തേടുകയാണ് കവി. ഉടലിന്റെ പലമകളിൽ അഭിരമിക്കുന്ന തുറന്നെഴുത്താണ് ആസാദ് സ്വീകരിച്ചിരിക്കുന്ന നവീനമാർഗം.

ഘടനാവാദാനന്തരചിന്തയ്ക്കുശേഷം പ്രബലമായ ധൈഷണികവാദത്തിന്റെ (Cognitivism) താത്ത്വികപരിസരത്തിന് ഒത്തുപോകുന്ന ഒന്നാണ് ആസാദ് കവിതയിൽ ആവിഷ്കരിക്കുന്ന ഉടൽബോധ്യങ്ങൾ.

ശരീരവും മനസ്സും രണ്ടാണെന്ന് കരുതുന്ന കാർട്ടേഷ്യൻ യുക്തിബോധത്തെ നിരാകരിച്ചുകൊണ്ട് അറിവിന് ആധാരം ഉടലാണെന്ന ധൈഷണികശാസ്ത്രത്തിന്റെ കണ്ടുപിടിത്തമാണ് ധൈഷണികവാദത്തിന്റെ അടിസ്ഥാനപ്രമാണം. ലോകബോധം ശരീരത്തിൽനിന്ന് ആരംഭിക്കുന്നു. അറിവ് പ്രദാനംചെയ്യുന്നത് ശരീരമാണ്. മനുഷ്യശരീരത്തിന്റെ ഏകതാനമായ സ്വഭാവമാണ് സവിശേഷമായൊരു ലോകബോധം മനുഷ്യന് നൽകുന്നത്. സാമൂഹികവും പാരിസ്ഥിതികവും സാംസ്കാരികവും ഭൗതികവുമായ നമ്മുടെ ചുറ്റുപാടുകളുമായി ഇടപഴകുന്നതിന്റെ ഫലമായി ശരീരം ആർജ്ജിച്ചെടുക്കുന്ന അനുഭവമാണ് ഉടലറിവ് (Embodied Cognition). ഈ ഉടലറിവാണ് അർഥത്തിനടിസ്ഥാനം.

ഉടലറിവ് ചിന്തയുടെ നവീനമുഖമാകുന്നു. കവിതയിൽ അക്കാര്യംകൊണ്ടുവരാൻ കഴിഞ്ഞുവെന്നതാണ് ആസാദ് എന്ന കവിയുടെ മിടുക്ക്.

ഉടലറിവ് ആഘോഷമാക്കിമാറ്റുകയാണ് ആസാദ്. രതിയുടെയും രുചിയുടെയും രാഷ്ട്രീയത്തിന്റെയും അധികാരത്തിന്റെയും പ്രതിരോധത്തിന്റെയും ആവിഷ്കാരങ്ങളായി ഉടൽ കവിതകളിൽ നിറയുന്നു.

ഉടൽ വലിയൊരു വസ്തുപ്രപഞ്ചമായി മാറുകയാണ് ഈ കവിതകളിൽ. ഉടൽ - വേര് - അഗ്നി, ഉടൽ - ജലം - മണ്ണ് എന്നിങ്ങനെ ഇന്ദ്രിയജ്ഞാനത്തിലൂടെ ആർജ്ജിച്ചെടുത്ത ഇരുത്രികോണമിതികൾ ഈ കവിതകളുടെ അടിസ്ഥാനധാരകളായി നിൽക്കുന്നുണ്ട്. ഈ ത്രികോണമിതിയെ 'വേവ്' എന്ന കവിത ഉൾക്കൊള്ളുന്നത് നോക്കുക:

'എന്റെ വേരുകളിൽ തീ
പടർന്നു കേറുമ്പോലെ
എന്റെ വേഗങ്ങളിൽ തീ
നാരുകൾ ചുറ്റുമ്പോലെ' എന്നു തുടങ്ങി
'എന്റെ വേരുകളിൽ തീ
പടർന്നു കേറുമ്പോലെ
എന്റെ പച്ചയിൽ പ്രാണ
നാരുകൾ പിടയുമ്പോലെ'

എന്ന് അവസാനിക്കുന്ന കവിതയിൽ ഉടലും മണ്ണും സാമൂഹികചുറ്റുപാടുകളും തമ്മിലുള്ള ബന്ധത്തിൽനിന്ന് ആവിർഭവിക്കുന്ന സങ്കല്പനലോകം നിലനിൽക്കുന്നതു കാണാനാകും.

ഈ കവിതയുടെ നീട്ടലുകൾ പല കവിതകളിലും കാണാം. യാഥാർഥ്യങ്ങളെ തീവ്രമായി ആവിഷ്കരിക്കുന്ന കവിതകളുടെ അന്തർധാരകളായി വർത്തിക്കാൻ ഈ ത്രികോണമിതികൾക്ക് സാധിക്കുന്നു. 'വാസ്തവം' എന്ന കവിത മറ്റൊരു ഉദാഹരണം.

'എനിക്കിനി ഒന്നും പറയാനില്ല
അത്രയേറെ പറഞ്ഞുകഴിഞ്ഞു
വെള്ളത്തിലെ വര
മാഞ്ഞുപോയിരിക്കുന്നു
അതിലൂടെ ഒരു മീൻ
ചാടിച്ചാടി കടന്നുപോയി' (വാസ്തവം)

അപഹസിക്കപ്പെടുന്ന അപരമായി 'വാസ്തവം' നിൽക്കുകയാണ്. സത്യത്തിനുവേണ്ടിയുള്ള പറച്ചിലുകളും പാച്ചിലുകളും വ്യർഥതയിലാണ്

ചെന്നെത്തുന്നത്. മീനും വെള്ളവും തമ്മിലുള്ള ബന്ധമാണ് വാസ്തവവും വ്യക്തികളും തമ്മിലുള്ള ബന്ധം.

'മഴ തോരുമ്പോൾ' എന്ന കവിതയിലെ മഴയൊരു മാനമാകുന്നു. മാനമാകട്ടെ മണ്ണു മുതൽ സൈബർമാനംവരെ നീളുന്ന അവസ്ഥാന്തരങ്ങളെ വിശേഷിപ്പിക്കുന്നു. പല സങ്കല്പനങ്ങളും വാക്കിലേക്കു പകർത്താനുള്ള ശ്രമം 'മഴ തോരുമ്പോൾ' എന്ന കവിതയിലെ 'മഴ' എന്ന പദത്തിനുണ്ട്. മഴ എന്താണെന്നു ചോദിച്ചാൽ 'പെയ്യുക എന്ന ക്രിയയിലൂടെ ആവിഷ്കരിക്കപ്പെടുന്ന ജലധാര' എന്ന് പറയാം. പക്ഷേ മഴ പിന്നെയും ബാക്കിയാകുന്നു. അതിനാൽ കവിതയിൽ 'കുളിർമഴ', 'കുഞ്ഞാൽമഴ', 'ഇലഞ്ഞിമഴ' എന്നിങ്ങനെ പല മഴകളും പല ഭാവങ്ങളായി പെയ്യിറങ്ങുന്നു. ജലത്തിന്റെ പ്രതീകഭാവം തോരാതെ കുഞ്ഞുപ്രാണികളിൽനിന്ന് ക്ലബ് ഹൗസുവരെ നീളുന്നു. സങ്കല്പനങ്ങളെ ഭാഷയിൽ അവതരിപ്പിക്കാനുള്ള പരിമിതികൂടി ഈ കവിത വ്യക്തമാക്കുന്നുണ്ട്. മറ്റൊരു കവിതയിലും ഇത്തരത്തിലുള്ള വിനിമയപ്രതിസന്ധിയും പരിഹാരവും കാണാം.

'നീ സംസാരിച്ചുകൊണ്ടിരുന്നത്
എനിക്ക് പരിഭാഷപ്പെടുത്തുക വയ്യ
അവൾ പറഞ്ഞു
നിനക്ക് പറയാനുള്ളതെല്ലാം
നിന്റെ ഉടലിളക്കങ്ങളിലുണ്ട്' (നഗ്നം).

പക്ഷേ ഈ ആശയവിനിമയപ്രതിസന്ധി മറികടക്കാൻ ഉടൽതന്നെയാണ് ഉപാധിയാകുന്നതെന്നും ഈ കവിത വ്യക്തമാക്കുന്നുണ്ട്. ആശയവിനിമയത്തിന്റെ ശക്തമായ മാധ്യമമായി ഉടൽ മാറുകയാണിവിടെ.

'എത്രയുൾക്കുളിരാണ്
പച്ചക്കുമിളകൾ
പാടിത്തിമർക്കു-
മുത്സാഹം' (മഴ തോരുമ്പോൾ)

എന്നെഴുതുമ്പോൾ മഴ ഉടൽമഴയാകുന്നു. പ്രകൃതിയെ പ്രതീതിയാഥാർഥ്യമായിമാത്രം കണ്ടുമെതിക്കുന്ന ഹരിതഹാരിയാം സംസ്കാരത്തിന്റെ പ്രതീകമായി മാറുകയാണ് ഈ കവിത.

ഒറ്റപ്പെടുന്ന ഉടലുകൾ

മണ്ണിലേക്കും നീതിബോധത്തിലേക്കും പ്രത്യാശയോടെ നോക്കുന്നവരെയും കാണുന്നുണ്ട് കവി. അവർ ഒറ്റയ്ക്കാണ്. ആസാദിന്റെ കവിതകളിൽ ഒറ്റയൊരു ചൂണ്ടുവാക്കാണ്; വീൺവാക്കല്ല. കാരണം അതിനൊരു പ്രതിബദ്ധതയുടെ രാഷ്ട്രീയമുണ്ട്. വാസ്തവങ്ങൾ വിളിച്ചുപറയുന്നവരെ, ചട്ടങ്ങൾ പാലിക്കുന്നവരെ പ്രതിസ്ഥാനത്തുനിർത്തി വിചാരണചെയ്യുന്ന അവസ്ഥയെ ആവിഷ്കരിക്കുന്ന വിശേഷണപദമാണ് ഒറ്റ. ഒറ്റ ചലനവുംകൂടിയാണ്. സ്വയം വിശേഷിപ്പിക്കുമ്പോഴും അന്യരെ വിശേഷിപ്പിക്കുമ്പോഴും ഒറ്റയുടെ അർഥതലങ്ങൾ മാറുന്നു.

> 'അവനോളം ഒറ്റയല്ല
> കാണായ ഒറ്റയൊന്നും' (ഒറ്റ)

ഒറ്റപ്പെടലിന്റെ കാഴ്ച്ച ഭാഷയിലേക്കും നീളുന്നു. നേരത്തെ സൂചിപ്പിച്ച 'വാസ്തവം' എന്ന കവിതയും ഒറ്റയുടെ മറ്റൊരു തലം അവതരിപ്പിക്കുന്നുണ്ട്. ഒറ്റയാകുന്നത് വ്യക്തികൾമാത്രമല്ല; ചില ചരിത്രചിഹ്നങ്ങളുമുണ്ട്. അത്തരമൊരു ചരിത്രചിഹ്നമാണ് 'മെതിയടി'.

> 'മെതിയടി വെറും മരപ്പലകയോ
> വേറിട്ടുകാണും ചവിട്ടുകല്ല്
> എന്തിനുംമീതെ ചവിട്ടിനിന്നാൽ
> എന്തിലും മീതെയാമെന്നു തത്വം' (മെതിയടിപ്പക)

ബഹുലമായ ചരിത്രസൂചകമായാണ് 'മെതിയടി' നിൽക്കുന്നത്. ചരിത്രചിഹ്നങ്ങൾ അസ്വസ്ഥസ്മരണകളാണ്; സമൂഹത്തിൽ സക്രിയമായി ഇടപെടുന്നവരുടെകൂടെ ഉടനീളം സഞ്ചരിക്കുന്ന ചിഹ്നം.

> 'മെതിയടിത്തിരുവടികൾ
> ഇതിലേ നടന്നുപോയിരുന്നു
> ഒച്ചയിട്ടാട്ടിയിരുന്നു
> വെറുംകാൽ പരിഷകളെ' (മെതിയടിപ്പക)

വർത്തമാനകാലം കൂടുതൽ ജനാധിപത്യപരമാകണമെങ്കിൽ ചില ചരിത്രചിഹ്നങ്ങളുടെ പുനരുത്ഥാനങ്ങളും തകർക്കേണ്ടതുണ്ട്. 'രണ്ടാംമുണ്ട്,' 'ഒച്ചയാട്ടൽ', 'തിരുവടികൾ', 'നായാട്ട്'എന്നിങ്ങനെ മെതിയടിയ്ക്കൊപ്പം ചേരുന്ന ചില ഫ്യൂഡൽ ചിഹ്നങ്ങളും ഈ കവിതയിൽ തകർക്കപ്പെടുന്നുണ്ട്. ചരിത്രചിഹ്നങ്ങളെ തീവ്രമായി അടയാളപ്പെടുത്തുന്ന രീതി 'തിരുപിറവി' എന്ന കവിതയിലും കാണാം:

> 'ചുമലിൽ നുകപ്പാടെങ്ങ്
> ചന്തിയിൽ ചാപ്പ, നെറുകയിലിരുമ്പാണി,

കാലിൽ തള,യുൾക്കാടിന് ചൂരും
പാറക്കെട്ട പിളർക്കും പ്രാക്കും
പുണരെപ്പുണരെ പൊഴിഞ്ഞുവോ
പൊറ്റപോൽ പൊതിഞ്ഞ പൊള്ളുകൾ'.
എന്നാണ് കവി കൊത്തിവെയ്ക്കുന്നത്.

ഒരു ഹ്രസ്വചലച്ചിത്രംപോലെ നൊമ്പരപ്പെടുത്തുന്ന സുന്ദരദൃശ്യചാരുതയാണ് 'ഒരു പിറന്നാൾ ആഘോഷം' എന്ന കവിത. ഒറ്റപ്പെടലിന്റെ നിസ്സഹായതയെ അടർത്തിയെടുത്ത് മലയാളികളുടെ വായനാസംസ്കാരത്തിൽ തറപ്പിച്ചുനിർത്താൻ ഈ കവിതയ്ക്കു കഴിയുന്നു. തിരക്കാർന്നൊരു ഹോട്ടലിൽ പിറന്നാൾ ആഘോഷിക്കുന്നൊരു പെൺകുട്ടി ഓരോ നഗരത്തിലും ഉണ്ടായേക്കാം. അവരെ തിരിച്ചറിയുമ്പോൾ നാം നമ്മിലേക്കുതന്നെ തിരിഞ്ഞുനോക്കും. ഇഷ്ടപ്പെടുന്നതെന്തും തിരിച്ചെടുക്കാൻ കഴിയുന്നത് ശൂന്യതയിൽമാത്രമെന്ന് കവിത പറയുന്നു.

ഉടൽ എന്ന പാത്രം

ഉടൽ അകം-പുറം എന്ന വ്യവസ്ഥയുള്ള പാത്രമായി സങ്കല്പനംചെയ്യുന്ന കവിതയാണ് 'ബുദ്ധൻ പുറത്ത്' എന്നത്. അകത്തിരിക്കേണ്ടവ പലപ്പോഴും പുറത്തിരിക്കേണ്ട അവസ്ഥ; വ്യക്തിബന്ധംമുതൽ തത്ത്വചിന്തയിൽവരെ കാണുന്നുണ്ട് ഇത്തരമൊരവസ്ഥയെന്ന് ഈ കവിത ഓർമപ്പെടുത്തുന്നു.

'അകത്തവനെ ഞാൻ തളയ്ക്കുകയില്ല
പുറത്തവനെ ഞാനയക്കയുമില്ല' (ബുദ്ധൻ പുറത്ത്)

ആൺ-പെൺ ഉടലുകൾ ചേരുന്ന സമ്മിശ്രപാത്രമായി ഉടൽ മാറുകയാണ് 'ഒട്ടൽ' എന്ന കവിതയിൽ. ആണുടലിന്റെ സ്ത്രൈണ ചേതനയുടെ ആവിഷ്കാരം 'ഒട്ടൽ' എന്ന കവിതയിൽ കാണാം. ആൺരതി ഇലച്ചേർച്ചകൾപോലെ ഇരിക്കുന്ന അവസ്ഥയ്ക്കു ഒരു ഉണ്മയുണ്ട്. ആ അറിവാണ് കവിയെക്കൊണ്ട് ഇങ്ങനെ എഴുതിക്കുന്നത്:

'അവനെഴുന്നേൽക്കുന്നതെന്നിലേ, ഞാ-
നവനിൽ തുറക്കുന്നു വാതിൽ
അവനമർത്തിയൊളിപ്പിച്ച പെണ്മയിൽ
നിർദ്ദയമാഴ്ത്തി ഞാനെന്നെ' (ഒട്ടൽ)

ആണിലെ പെണ്മ ആണോടും പെണ്ണിലെ ആൺമ പെണ്ണോടും ചേരുന്ന പൊളിറ്റിക്കൽ കറക്റ്റ്നസിന്റെ നീതിബോധമാണ് 'ഒട്ടൽ' എന്ന കവിതയിൽ കാണുന്നത്. ഈ കവിതയുടെ നീട്ടലാണ്

'യക്ഷനിൽ' തെളിയുന്നത്. ഉടൽ എന്ന പാത്രത്തിന്റെ രാഷ്ട്രീയമാണ് 'അത്' എന്ന കവിത. അപരശരീരമൊരു പാത്രമാകുകയാണ് ഈ കവിതയിൽ:

'എനിക്ക് കൈമോശം വന്നതെന്തോ
നീ ഒളിപ്പിച്ചതുപോലെ' (അത്).

പുറംകാഴ്ചകളുടെ നീറ്റലുകൾ ഉൾക്കൊള്ളുന്ന കവിതകളാണ്, 'ഗുവേരക്കൊടി', 'ചോദ്യവും ഉത്തരവും', 'സ്മരണ', 'ചരിത്രം' എന്നീ കവിതകൾ. പുറംകാഴ്ചകളുടെ മട്ടുപ്പിൽനിന്ന് കവി ചോദിക്കുന്നതെല്ലാം പ്രസക്തങ്ങളാകുന്നു. അതിൽ ചിലത്:

'തെറ്റായ വഴികളോളം
നേർവഴികളേതുണ്ട്' (ചോദ്യവും ഉത്തരവും)
'താൻതന്നെ നിയമമെന്നും
താൻതന്നെ ന്യായാധിപനെന്നും
ഒച്ചവെച്ച ദൈവങ്ങളെവിടെ'

ഉടൽ എന്ന ഭാഷ

ഉടലാണ് ഭാഷ എന്ന ആശയത്തെ തീവ്രമായി ആവിഷ്കരിക്കുന്ന കവിതയാണ് ഈ സമാഹരത്തിലെ കീലസ്ഥാനത്തുനിൽക്കുന്ന 'മറുഭാഷ'. ഭാഷയ്ക്ക് മേലെനിൽക്കുന്ന മറ്റൊരു ഭാഷയായി ഉടലിനെ അവതരിപ്പിക്കാൻ കവിയ്ക്ക് കഴിയുന്നു. ഉടലിന്റെ ഉടുപ്പാണ് ഭാഷ. ഉടലിന്റെ എല്ലാ ആവേഗങ്ങളും കമ്പനങ്ങളും പലതരത്തിലുള്ള സങ്കല്പനങ്ങളെ സൃഷ്ടിച്ചെടുക്കുന്നു. അതു ഭാഷയായി പിറക്കുന്നു.

'ഉടൽപോലെഭ്രമിപ്പിക്കുന്നില്ല മറ്റൊന്നു,മതു
വാസനാപാഠങ്ങളെ മൂട്ടമൊരു മേൽഭാഷ' (മറുഭാഷ)

ഉടൽപ്രപഞ്ചത്തെ സമ്പൂർണമായി ആവിഷ്കരിക്കാൻ വാക്കുകൾക്ക് കഴിയുകയില്ലെന്ന കാര്യവും കവി തിരിച്ചറിയുന്നുണ്ട്:

'എത്രയൽപ്പമേ വാക്കിൽ തെളിഞ്ഞുള്ളൂ
അന്തിനാളമെരിഞ്ഞു തീരുമ്പോൾ (അസ്തമയം)

മലയാളത്തിലെ പൂർവാധുനികകവിത ആശയപ്രപഞ്ചത്തെ സമ്പൂർണമായി ആവിഷ്കരിക്കാൻ കഴിയില്ലെന്ന സത്യത്തെ മനസ്സിലാക്കിയിരുന്നു. ആധുനികകവികൾ സർറിയലിസംപോലുള്ള പല സങ്കേതങ്ങളും അർഥാവിഷ്കാരത്തിന്റെ പരീക്ഷണങ്ങളായി ഉപയോഗിച്ചുവെങ്കിലും അവരാരും ഇക്കാര്യത്തിൽ തൃപ്തരായിരുന്നില്ല. പക്ഷേ അവരെല്ലാം അർഥത്തെ മനസ്സിന്റെ ആവിഷ്കാരമായി കണ്ടുവെന്നതായിരുന്നു

പ്രധാന പരിമിതി. ഉള്ളല്ല ഉടലാണ് അർഥത്തിന്റെ അടിസ്ഥാനമെന്ന് ഈ കവി തിരിച്ചറിയുന്നു. ഉടലോളംവരും ഭാഷയും എന്ന ചിന്തയാണ് ആസാദ് മുന്നോട്ടുവെയ്ക്കുന്നത്.

ഉടലുകളുടെ പലമകളിൽ 'ഫിനമനോളജിക്കൽ ബോഡി'യോടാണ് കവിയ്ക്ക് പ്രിയം. നമ്മൾ ജീവിക്കുന്ന, അറിയുന്ന, മനസ്സിലാക്കുന്ന, നമുക്ക് തൊട്ടനുഭവിക്കാൻ കഴിയുന്ന ശരീരത്തെയാണ് ഫിനമനോളജിക്കൽ ബോഡി അഥവാ അനുഭവശരീരം എന്നു പറയുന്നത്. അനുഭവശരീരത്തെയാണ് ആസാദിന്റെ കവിതകൾ അഭിസംബോധനചെയ്യുന്നത്.

രാഷ്ട്രീയചിഹ്നങ്ങളുടെ ആവാസവ്യവസ്ഥയായി മാറിയ ഉടലും ഈ കവിതയിൽ അനുഭവശരീരത്തിന്റെ ഉപഘടകമായാണ് നിൽക്കുന്നത്. ആണുടൽ അധികാരബോധത്തിന്റെ ആവിഷ്കാരമാണ്. ആണിന് സ്ഥല-കാലപരിധികൾ ഇല്ലെന്ന പൊതുബോധത്തിലാണ് അതു നിൽക്കുന്നത്. പെണ്ണുടലാകട്ടെ രാഷ്ട്രീയമായ പരിമിതികൾക്കുള്ളിൽ നിന്നുകൊണ്ടുതന്നെ ഏറെക്കുറെ സ്വതന്ത്രമായൊരു അസ്തിത്വം നേടിയെടുക്കാനുള്ള ശ്രമം നടത്തുന്നുണ്ടെന്ന നിരീക്ഷണവും ആസാദിന്റെ കവിത മുന്നോട്ടുവെയ്ക്കുന്നുണ്ട്. ലിംഗവിവേചനത്തിൽനിന്ന് രൂപപ്പെട്ട സൂക്ഷ്മനിരീക്ഷണമാണിത്. 'നഗ്നം' എന്ന കവിത ഇക്കാര്യത്തിന്റെ തുറന്നെഴുത്താണ്:

'ഓർക്കാപ്പുറത്തുവന്ന്
അവളെന്റെ മേലുടുപ്പുകൾ
വലിച്ചുമാറ്റുന്നു
ആണുടൽ പുതച്ച ഞാൻ
അപ്പോളെന്റെ മുലകളെ
ഉരുട്ടിയെടുക്കുകയായിരുന്നു' (നഗ്നം)

'തിരുപ്പിറവി' എന്ന കവിതയാകട്ടെ ഇക്കാര്യത്തെ മറ്റൊരു തരത്തിൽ സാർഥകമാക്കുന്നു.

'ഉടലിൽ കാണുന്നില്ല ജാതിയും ലിംഗവും
വംശച്ചിഹ്നവും എന്തുപേരിട്ടു വിളിച്ചി-
ട്ടെന്തെ,ന്തിലും സന്ദേഹം'

സാമൂഹികചിഹ്നങ്ങളില്ലാത്ത ശരീരം വിവേചനരഹിതമാകുന്നത് ഇവിടെ കാണാം. ജീവശാസ്ത്രപരമായ ശരീരത്തിൽ അണിയുന്ന ഉടുപ്പിനെ രാഷ്ട്രീയചിഹ്നമായാണ് കവി കാണുന്നത്. ഉടൽ നേരും ഉടുപ്പ് പകർപ്പുമാണ്. നേരും പകർപ്പും തമ്മിലുള്ള വിരുദ്ധാവസ്ഥയിലല്ലാതെ വ്യക്തികൾക്ക് ജീവിക്കാനാകുകയില്ല. ഓരോ പകർപ്പും

ചെടിക്കുമ്പോൾ മാറാൻ ശ്രമിക്കും. മാറുമ്പോൾ മാറാത്ത ഉടൽ തുറിച്ചുനിൽക്കും. ഉടുപ്പ് ഉടലായും ഉടൽ ഉടുപ്പായും പരിണമിക്കുന്ന സംഘർഷമാണ് അനന്തരഫലം. ഈ സംഘർഷപ്രക്രിയയെ വേണ്ട രീതിയിൽ ഉൾക്കൊള്ളാൻ ആസാദിന്റെ കവിതകൾക്ക് കഴിയുന്നുണ്ട്. 'ഉടുപ്പ് മാറുമ്പോൾ എന്ന കവിത ഉദാഹരണം:

' ഉടുപ്പുമാറുമ്പോൾ
നടപ്പുമാറുന്നു
ഉടലിൻ കമ്പനം
വഴി പുതുക്കുന്നു'

'പദപ്രശ്നം' എന്ന കവിത ഈ സംഘർഷത്തെ തെളിച്ചുകാട്ടുന്നുണ്ട്.

'അവളെയുടുപ്പിച്ചോൻ വ
ന്നഴിച്ചില്ല ചാർത്തുകൾ
അവൾത്തിരകളെ മാടി
യകമീനുകൾ പിടച്ചീല'

ഉടൽദേശിമ

തികച്ചും കേരളീയദേശിമയെയും മലയാളികളുടെ ഉടൽബോധത്തെയുമാണ് ആസാദ് ആവിഷ്കരിക്കുന്നത്. 'യക്ഷൻ', 'കോഴിക്കോട്ടെ കടൽക്കരയിൽ', 'പയ്യാനക്കലെത്തുമ്പോൾ' എന്നീ കവിതകൾ മികച്ച ഉദാഹരണങ്ങളാണ്. ഇവിടെയും അനുഭവശരീരത്തിന്റെ അടിസ്ഥാനത്തിലാണ് ദേശത്തെ പകർത്തുന്നത്.

സ്വയം തീകൊളുത്തിയും കൊളുത്തപ്പെട്ടും ജീവിക്കേണ്ടിവരുന്നവരെയും ഈ കവിതകൾ അടയാളപ്പെടുത്തിയിട്ടുണ്ട്. പല ഉടലുകളും പച്ചയ്ക്ക് കത്തുകയാണ്. അതിനാൽ പൂമണംപോലും കവിയ്ക്ക് ചുട്ടുപൊള്ളുന്നൊരിടത്തേ കാണാനാകുന്നുള്ളൂ:

'ചൂടാറില്ലാത്ത വാക്കുകൾ
പറിച്ചു നൽകുമ്പോളത്യാനന്ദം
ചുട്ടുപൊള്ളുന്നിടത്തൊരു
പൂമണം, വെയിലഴക്, വിളക്ക്
കാലൂർന്നിടത്തൊരു പൂവെളിച്ചം' (സൂര്യകാന്തി).

വായനാലോകത്ത് സ്ഥിരപ്രതിഷ്ഠനേടിയ ചില സൂചകങ്ങളെ പുനർനിർമിക്കാനും ആസാദ് ശ്രമിക്കുന്നുണ്ട്. 'സൂര്യകാന്തി'യിലും 'യക്ഷനിലും' ഇക്കാര്യം കാണാം.

ലിംഗരൂപകങ്ങൾ

ലൈംഗികാനന്ദങ്ങളിൽ അഭിരമിക്കുന്ന ആണുടലുകൾ ഉദ്ധൃതമായി ത്തന്നെ നിൽക്കുന്നുണ്ട് പല കവിതകളിലും.

'മുള്ളുഴകിൻ ഉൾമുനകൾ
അവനവളിൻ ലിംഗരൂപകം' (സൂര്യകാന്തി)

എന്ന് കവി നേരിട്ടു പറയുന്നുണ്ട്. അതിനാൽ അതേ കവിതയിൽ:

'കവിൾമിനുപ്പല്ല, ചോരയിറ്റും
യോനീദളമല്ല, ചുണ്ടിൽ വിരിയില്ല'

എന്ന് എഴുതാൻ കവിയ്ക്ക് കഴിയുന്നു. അതുപോലെ

'ചിറകൊതുക്കിയ മുലകളേ, പറയന്നുയരുമോ
പിടയ്ക്കും വേഗങ്ങളിൽ' (മുലകൾ)

എന്നു ചോദിക്കാനാകുന്നത്.

'ചുട്ടുപൊള്ളുമ്പോൾ
തണുപ്പേകുന്ന ഉമ്മകളെയും' കവി കാണുന്നു
'തിരുപിറവി' എന്ന കവിതയിൽ:
'തിരികെപ്പോരു ചാടണം ലിംഗവേലികൾ
നുഴണമിരുളിൻയോനീമുഖം കാണരുതൊന്നും'.

ഒറ്റപ്പെട്ടുപോകുന്നൊരാളുടെ പ്രതിഷേധസ്വരമാണ് ലിംഗരൂപ കങ്ങളെന്ന് മുകളിൽ ഉദ്ധരിച്ച വരികൾ വ്യക്തമാക്കുന്നു. രതിയൊരു കുറ്റമല്ലെന്ന പ്രഖ്യാപനവും കവിത മുന്നോട്ടുവെയ്ക്കുന്നുണ്ട്. ബന്ധങ്ങൾ തീർക്കുന്ന അതിർവരമ്പുകൾ ഭേദിച്ചുകൊണ്ടൊരു തുറന്നെഴുത്തിന് കവി ആശ്രയിക്കുന്നത് ലിംഗരൂപകങ്ങളെയാണ്. വ്യക്തിയുടെ ഭ്രഷ്ടുജീവിത ത്തിന്റെ അസ്വസ്ഥതകളെല്ലാംതന്നെ ലിംഗരൂപകങ്ങളിൽ കാണാൻ കഴിയും.

ഒരേ കാര്യത്തെ പലതരത്തിൽ ഭാഷയിലൂടെ അവതരിപ്പിക്കുമ്പോൾ കവിതയൊരു സംരചനയായിത്തീരും. സംരചന എത്രത്തോളം സർഗാത്മകമാകുന്നുവോ തദനുസൃതമായി കവിതയുടെ വിതാനതലവും ഭാവുകത്വതലവും മാറുന്നു. ആസാദ് ഉടൽ എന്ന സങ്കല്പനത്തെയാണ് സംരചനയാക്കിമാറ്റുന്നത്. ആ സങ്കല്പനമാകട്ടെ ധൈഷണികവൃത്തി യായ വസ്തു-പശ്ചാത്തല ബന്ധത്തിലാണ് (Figure-Background) നിൽക്കുന്നത്.

ഒരു വസ്തുവിനെ അതിന്റെ പശ്ചാത്തലത്തിന്റെ അടിസ്ഥാനത്തിൽ മനസ്സിലാക്കുകയെന്നത് ബുദ്ധിയുടെ ലക്ഷണമാണ്. ഏതെങ്കിലുമൊരു

ദൃശ്യം കാണുമ്പോൾ ചില വസ്തുക്കൾ മുഴച്ചുനിൽക്കുകയും ബാക്കിയുള്ളവ അവയുടെ പശ്ചാത്തലംപോലെ നിൽക്കുകയും ചെയ്യും. ഇത് ദൃശ്യപരമായ ധാരണയാകുന്നു. 'തിരമാല' എന്ന വസ്തുവിന്റെ പശ്ചാത്തലമാണ് 'കടൽ'. ശ്രദ്ധയിലൂടെയുള്ള പ്രാമുഖ്യം തിരമാലയ്ക്ക് നൽകുന്നതിനാലാണ് അതു വസ്തുവായി തോന്നുന്നത്. ചിലപ്പോൾ ദൃശ്യത്തിന്റെ ചില സവിശേഷതകൾ പശ്ചാത്തലത്തിന് എതിരായി നിൽക്കുകയും ചെയ്യാം.

ശ്രദ്ധയുമായി ബന്ധപ്പെട്ട കാര്യമാണ് വസ്തു-പശ്ചാത്തലബന്ധം. വസ്തുവിലാണ് സ്വാഭാവികമായും ഒരാളുടെ ശ്രദ്ധപതിയുക. ആവശ്യമുള്ളതുമാത്രം കാണുകയും കേൾക്കുകയും ചെയ്യുക, അതിൽമാത്രം ശ്രദ്ധപതിപ്പിക്കുക എന്നത് മനുഷ്യബുദ്ധിയുടെ ലക്ഷണമാണ്. നമ്മുടെ ശ്രദ്ധ പതിയുന്ന സംഗതി വസ്തുവും ബാക്കിയെല്ലാം അതിന്റെ പശ്ചാത്തലവും ആകുന്നു. സാഹിത്യസൃഷ്ടിയിൽ ഇക്കാര്യത്തിന്റെ പ്രസക്തി പരിശോധിക്കാം. ആസാദ് എന്ന കവിയുടെ ശ്രദ്ധ മുഴുവനും പതിയുന്നത് നേരത്തെ സൂചിപ്പിച്ചതുപോലെ ഉടലിലാണ്.

പാഠത്തിലെ കാഴ്ചയാണ് വസ്തു. അതിന്റെ ആധാരം പശ്ചാത്തലവും. സാമാന്യവ്യവഹാരത്തിലെന്നപോലെ കവിതയിലും വസ്തു-പശ്ചാത്തലബന്ധമാണ് അർഥത്തെ നിർണയിക്കുന്നത്. സവിശേഷ പ്രാധാന്യത്തോടെ ആവർത്തിച്ചുവരുന്ന ഉടലാണ് ഈ കവിതയിലെ വസ്തു.

ആസാദിന്റെ കവിതകളിൽ തെളിയുന്ന ഉടൽ വസ്തു-പശ്ചാത്തലബന്ധത്തെ ആധാരമാക്കി വിലയിരുത്തുമ്പോൾ താഴെ പറയുന്ന സവിശേഷതകൾ പങ്കുവെയ്ക്കുന്നു:

സ്വയം പര്യാപ്തമാണ്
ചലനാത്മകമാണ്
സ്ഥല-കാലങ്ങളെ പശ്ചാത്തലമാക്കുന്നു
ചരിത്രത്തെ പശ്ചാത്തലമാക്കുന്നു
ചിലപ്പോൾ പശ്ചാത്തലങ്ങളിൽ ലയിക്കുന്നു
മറ്റു കാവ്യാംശങ്ങളെ അപേക്ഷിച്ച് മുഴച്ചുനിൽക്കുന്നു
മുൻ-പിൻ, അടുപ്പം-അകലം, മേൽ-കീഴ് എന്നീ ബന്ധങ്ങളെ കാണിക്കുന്നു
സർവനാമങ്ങളും സ്ഥലവും ലിംഗരൂപകങ്ങളും രൂപപ്പെടുത്തുന്നു.

നാം ശക്തരാകുന്നതും ബലഹീനരാകുന്നതും ഭീരുവാകുന്നതും ഉടലെന്ന മഹാപ്രപഞ്ചത്തിലാണ്. എല്ലാ സങ്കല്പനങ്ങളുടെയും ഉറവിടമാണ് ഉടൽ. ജീവശാസ്ത്രപരവും സാമൂഹികവും സാംസ്കാരികവുമായ പലതും പിറക്കുന്നതും തളിർക്കുന്നതും ഉടലിലാകുന്നു. വെറുമൊരു

രതിബിംബമോ സ്വത്വചിഹ്നമോ മാത്രമായി അടയാളപ്പെടുത്താതെ ഉടലിനെ അറിവിന്റെ അടിസ്ഥാനമായി കാണാൻ കഴിഞ്ഞുവെന്നതാണ് സമകാലികകവിതാഭാവുകത്വത്തിൽനിന്ന് ആസാദ് എന്ന കവിയെ വ്യതിരിക്തനാക്കുന്നത്. മുദ്രാവാക്യങ്ങളോ പ്രഖ്യാപനമോ ആകാതെ കവിതയ്ക്ക് സ്വതന്ത്രമായി നിൽക്കാനാകുമെന്നു കവി തിരിച്ചറിഞ്ഞിരിക്കുന്നു. കവിത പരത്തിപ്പറച്ചിലുകളാകാതെ ഉൾക്കാഴ്ച്ചയുടെ മാധ്യമമായി മാറുകയാണ് ഇവിടെ. അതൊരു പരിണാമമാകുന്നു; കവിതയിലെ പാരഡൈം ഷിഫ്റ്റ്.

●

www.ingramcontent.com/pod-product-compliance
Lightning Source LLC
LaVergne TN
LVHW090428051026
849518LV00006B/2474
* 9 7 8 9 3 5 5 1 7 0 2 6 2 *